ஓணம் பண்டிகை
பௌத்தப் பண்பாட்டு வரலாறு

அருள் முத்துக்குமரன்

நீலம்

நீலம்

ஓணம் பண்டிகை - பௌத்தப் பண்பாட்டு வரலாறு

ஆசிரியர் : அருள் முத்துக்குமரன்
முதற்பதிப்பு : பிப்ரவரி 2021 | இரண்டாம் பதிப்பு : ஜனவரி 2022
வெளியீடு : நீலம், 5 நல்லதம்பி வீதி, அண்ணாசாலை,
திருவல்லிக்கேணி, சென்னை - 600002.
நூல் வடிவமைப்பு : பிரேம்
அட்டை வடிவமைப்பு : தாமோ நாகபூஜணம்
விலை : ₹ 175

Onam Pandigai - Boutha Panpattu Varalaru

Author: Arul Muthukumaran
First Edition: February 2021 | Second Edition: January 2022
Published by: Neelam, 5, Nallathambi Street, Anna Salai,
Triplicane, Chennai - 600002
Printed at Sudarsan Graphics Pvt, Chennai - 600041.

Email: editor.neelam@gmail.com
Mobile: +91 63698 25175
Price: ₹ 175

சமர்ப்பணம்

என் தந்தைக்கு...

நன்றியுரை

சொல்ல வேண்டியவை நூலினுள் இருப்பதால், இந்நூல் எழுதத் தூண்டுதலாகவும் உதவியாகவும் இருந்தவர்களுக்கு நன்றி சொல்வதற்கு மட்டும் இப்பக்கத்தைப் பயன்படுத்திக்கொள்ள விரும்புகிறேன்.

நூலொன்றை எழுத வேண்டும் என்ற எந்த முன் திட்டமும் இருந்ததில்லை. கவனித்தும், யோசித்தும் வந்தவற்றை முகநூலில் எழுதிய பின்னால் உருவான உந்துதலிலிருந்து இந்நூல் பிறந்தது. பயணமும் களஆய்வும் விவாதங்களும்தான் இம்முயற்சியை மேம்படுத்தின.

அடிப்படையில் இது பண்பாடு தொடர்பான நூல். என்னுடைய ஆசிரியர் ஸ்டாலின் ராஜாங்கம் அவர்களுடன் சேர்ந்து நந்தன் பற்றிய கள ஆய்வுக்குச் சென்றபோதுதான் பௌத்தம் நம்முடைய பண்பாட்டு நம்பிக்கைகளில் ஏற்படுத்தியிருக்கும் தாக்கத்தை ஓரளவு புரிந்துகொள்ள முடிந்தது. விழாக்கள் சாதாரணமாக உருவாகி உலவுவது கிடையாது என்கிற அடிப்படையான புரிதல் கிடைத்தது. அடுத்ததாக, பண்டிதர் அயோத்திதாசரை ஊன்றி வாசிக்க முற்பட்டதைக் கூறுவேன். திருவண்ணாமலையிலும் ஜவ்வாது மலையிலும் நான்கு நாட்கள் நடந்த பண்டிதரை வாசிக்கும் நிகழ்வு எனக்குப் பெரிதாக உதவியது. என்னைப் போன்றே பலருக்கும் அந்நிகழ்வு உதவியது என்பது என் கருத்து. இவையெல்லாம் சேர்ந்து கிடைத்த புரிதலே ஓணம் பண்டிகை பற்றிய தேடலுக்கான கருவாக அமைந்தது.

இம்மாற்றங்களில் குறிப்பிடத்தக்கவற்றிற்குக் காரணமானதோடு, நூலில் சில திருத்தங்களைச் செய்து முன்னுரையும் தந்துள்ளார் என் ஆசிரியர் ஸ்டாலின் ராஜாங்கம். இம்முன்னுரை நூலை வாசிப்போருக்கு வாசலாகவும் எனக்கு அங்கீகாரமாகவும் அமைகிறது. எனவே, முதலில் அவருக்கு என் நன்றி.

இந்நூல் பெரும்பாலும் கள ஆய்வு சார்ந்தது. கள ஆய்வுக்கு எப்போது அழைத்தாலும் வந்து உதவிய என் மாணவர் சுபாஷ் சந்திரபோஸ் மற்றும் பாலசிங்கம், மோகன்ராஜ், சண்முகராஜன், அருள்ஜோதி, ஆனந்த்;

கள ஆய்வுக்கு முன்பும் பின்பும் தரவுகளை முறைபடுத்த யோசனை வழங்கி உதவிய ஆய்வாளர் அன்பு வேந்தன், பரவாயில் நடக்கும் காமன் பண்டிகை பற்றித் தகவல் தந்து உதவிய ஆய்வாளர் மகாத்மா செல்வபாண்டியன், பரவாய் கிராமத்தில் உதவிய பகுஜன் சத்யா;

ஆங்கில நூல்களில் இருந்து புத்தகத்திற்குத் தேவையானதைத் தமிழாக்கம் செய்து கொடுத்து உதவிய நண்பர் இ.ஜெயபிரகாஷ், எனக்கு எப்போதும் உறுதுணையாக இருக்கும் பேராசிரியர் அமிர்தலெனின், தன்னுடைய ஊர் அனுபவத்தை என்னிடம் பகிர்ந்துகொண்ட அண்ணன் ஜெ.பாலசுப்பிரமணியன், இனிய தம்பிகள் சந்தோஷ், கரிகாலன், மரிய எட்வர்ட், சாமுவேல்;

என் எழுத்துகளை படித்து விட்டு ஊக்கமளிக்கும் அண்ணன்கள் பத்திரிக்கையாளர் இரா.வினோத், தி.ஸ்டாலின், எம்.டி.பால், மருத்துவர் ரேணுகா தேவி, நண்பர்கள் சந்துரு மாயவன், இலஞ்சி கண்ணன், அமரேசன், பொய்யாமொழி முருகன், சுரேந்தர், ராஜசேகர், குப்புசாமி, இளையராஜா, சரவணன், சுரேஷ், செல்வ முத்துக்குமரன், முத்து பிரதீபன், செல்வம், எழிலரசன், சிவசக்தி, அணிஷ், புதுவை அஜித், சுகன் ப்ரான்ஸ், பொன்மலர், அனுசியா, கேரளக் கள ஆய்வுக்கு உதவிய அண்ணன் கௌதமன் RBI, ஓணம் பண்டிகை பற்றி விரிவாகக் கூறிய சியாம்லால், சுரேஷ் நாகு, எழுதும்போது ஏற்படும் சந்தேகங்களுக்கு உடனுக்குடன் உதவிய கேரளாவைச் சேர்ந்த அண்ணன் ரெஜி சங்கர்;

சகோதரன் அய்யப்பன் ஓணம் பற்றி எழுதிய நூலையும் அதைப் பற்றிய தகவல்களையும் தந்த அஜய் சேகர், உள்ளூர் விழாக்கள் தொடர்பான தகவல்களை அளித்த வழக்கறிஞர் தணிகைச் செல்வன், கீழமணக்குடி தொடர்பான தன் பண்பாட்டு அனுபவங்களைப் பகிர்ந்து உதவிய கவிஞர் வெண்ணிலவன், கேரளாவின் உற்சவ நிகழ்வில் ஒன்றான தாலப்பொலி பற்றிய ஆங்கிலக் கட்டுரையைத் தமிழில் மொழிபெயர்த்துக் கொடுத்துதவிய அண்ணன் ஏழுமலை.

கலைக்கோவன், சில பண்பாட்டு நிகழ்வுகளை விளக்கிக் கூறிய அய்யா செல்வமணியன் ஆகிய அனைவரையும் இவ்வேளையில் நினைத்து நன்றி சொல்கிறேன்.

இப்புத்தகத்தை நீலம் சார்பாகப் பதிப்பிக்கும் இயக்குனர் பா.ரஞ்சித், பதிப்பகத்தை நடத்தும் அண்ணன் வாசுகி பாஸ்கர், புத்தகம் கொண்டுவருவதற்கு ஊக்கப்படுத்திய அண்ணன் ஏ.பி.ராஜசேகரன் மற்றும் மெய்ப்புப் பார்த்துத் தந்த பிரகாஷ், வடிவமைப்பு செய்து தந்த பிரேம் ஆகியோருக்கும் நன்றி.

இந்நூலைக் காலஞ்சென்ற என் தந்தை அப்பாதுரை அவர்களுக்குச் சமர்ப்பிக்கிறேன். ஆய்வு வகையிலும்கூட இச்சமர்ப்பணம் பொருத்தமானது. ஓணம் பற்றிய பண்பாட்டு இணைப்புகளைப் புரிந்துகொள்ளக் காரணமான பஞ்சாங்கம், அதையொட்டித் தகவல் குறிப்பாகப் பயன்பட்ட புத்த துவாதசி பற்றிய புரிதல் என யாவும் சிறுவயது முதல் அவரால் எனக்குக் கற்றுக்கொடுக்கப்பட்டவை. எல்லோருக்கும் படித்தால் அறிவு வளரும். ஆனால், என் மகனுக்கு மட்டும் அறிவு மங்கிவிட்டது என்று என்னைப் பற்றி அடிக்கடிக் கூறுவார். அவர் சொன்னது ஓரளவு உண்மை என்றே இப்போதெல்லாம் எனக்குத் தோன்றும். அவர் எங்களுடன் இல்லாமல் போய்விட்ட நிலையில், இந்தச் சமர்ப்பணம் எங்களுக்கான ஆறுதல் என்பதே உண்மை.

எனக்கு எப்போதும் உறுதுணையாக இருக்கும் அம்மா கலைச்செல்வி, மனைவி அகல்யா, சகோதரிகள் கலைவாணி, கயல்வாணி, சத்யா, வித்யா ஆகியோருக்கும் நன்றி தெரிவித்துக் கொள்கிறேன்.

அருள் முத்துக்குமரன்,

14.02.2021.

நாம் கதைகளால் வீழ்த்தப்பட்டவர்கள்

அருள் முத்துக்குமரன் எழுதியிருக்கும் இந்நூல், இதுவொரு பௌத்த பூமி, இங்கிருக்கும் பலவும் பௌத்தத்தால், பௌத்தத் தொடர்பால் உருவானவை அல்லது முறைப்படுத்தப்பட்டவை என்னும் கருதுகோள் அடிப்படையில் எழுதப்பட்டிருக்கிறது. அதனைக் கருத்தியலாக, கோட்பாடாக விளக்குவதை விடவும், மக்களிடையே புழங்கிக் கிடக்கும் பண்பாட்டு நிகழ்வுகள் வழியாகத் துல்லியமாகவும் நுட்பமாகவும் விளக்க முயன்றுள்ளார். பண்பாட்டு அம்சங்களின் நுட்பங்களை விவரிக்கும்போது, அவை புதிரின் பண்பை எட்டிவிடுகின்றன. அதற்குள் நுழைய நுழைய மாயம் நிரம்பிய குகைக்குள் ஒளி விளக்கோடு நுழைவது போலாகிவிடுகிறது. இந்த நூல் ஒரு பண்டிகையில் தொடங்கி, எதிர்பாராத திசையில் நுழைந்து விடை தேடிச் செல்வதைப் பார்க்கும்போது இதை உணரலாம்.

கேரளத்தின் புகழ்பெற்ற ஓணம் பண்டிகையை மையப்பொருளாக எடுத்துக்கொண்டு விவாதிக்கிறது இந்நூல். கேரள ஓணம் பண்டிகையில் தொடங்கி தமிழகத்தில் வெவ்வேறு காலத்தில் நிலவிய, வெவ்வேறு இடங்களின் / மரபுகளின் வழியாக ஊடறுத்துச் சென்று ஒரு முடிபை எட்டியுள்ளது.

இதற்காகப் பண்டிதர் அயோத்திதாசர் பார்வையை ஆய்வு அணுகுமுறையாக இந்நூல் வரித்துக் கொண்டுள்ளது. இந்நூலின் மாயாஜாலத் தன்மைக்கு இந்த அணுகுமுறையே காரணம். அயோத்திதாசரின் எழுத்துகளை அறிமுகப்படுத்தி விவாதிப்பது ஒருவகை என்றால், அவர் கருத்துகளை ஒரு பார்வைச் சட்டகமாக்கிக் குறிப்பான விசயத்தை ஆராய்ந்து எழுதுவது மற்றொரு வகை. இந்நூல் இரண்டாம் வகையைச் சேர்ந்தது. இன்னும் சொல்லப்போனால், பண்டிதரின் முறையியலைக் கருவியாகக் கொண்டு உள்ளூர் பண்பாட்டு நிகழ்வு பற்றி எழுதப்பட்ட முதல் நூல் என்றுகூட இதனைக் கூறலாம்.

பண்பாட்டுக் கூறுகளைக் குறியீடுகளாகக் கொண்டு வாசிப்பது இம்முறையியலின் அம்சம். அதைக் குறிப்பதற்காகவே உள்மெய் என்ற சொல்லாடல் இந்நூல் முழுவதும் கையாளப்பட்டுள்ளது. பண்டிகைகள் மற்றும் திருவிழாக்களுக்கு இன்றைய இந்து மதம் கூறும் காரணங்களையும் பெயர்களையும் நிகழ்வுகளையும் உள்மெய்யாக வாசிப்பது இதன் பொருளாகும். இன்றைக்கு இவை போன்ற நிகழ்வுகளுக்கான காரணங்கள் யாவும் கதைகளாகக் கட்டப்பட்டு வழங்கப்படுகின்றன. இங்கு எல்லாவற்றையும் முதலில் கதையாக மாற்றுவதிலிருந்தே தொடங்கியிருக்கிறார்கள். அந்தக் கதைதான் வெகுமக்களிடையே வரலாறாகக் கருதப்படுகிறது.

தீபாவளி, ஓணம் என ஒவ்வொன்றுக்குமான காரணமும் கதையாகத்தான் வழங்கப்படுகிறது. முதலில் நாம் இந்தக் கதைகளிலிருந்து வெளியேற வேண்டும். அதனை மாற்றுக் கதையாடல்களை உருவாக்கியே எதிர்கொள்ள முடியும். ஏற்கனவே நிலவிய வரலாற்றின் மீது ஒரு கதையை உருவாக்கிப் பொருத்துவது மூலமே அவற்றைத் தனதாக்கியிருக்கிறது வைதிகம். நாம் வாளால் வீழ்த்தப்பட்டோம் என்பதைவிடக் கதைகளால் வீழ்த்தப்பட்டோம் என்பதே சரியாக இருக்க முடியும்.

கதைகள் ஆதாரங்கள் சார்ந்து அமையாததால், சடங்குகள், கதைகள், நம்பிக்கைகள் என்கிற வரிசையை உள்மெய் வாசிப்பு என்னும் அணுகுமுறை சார்ந்து விளக்குகிறார். கதைகளானது ஒரு பெயரிலிருந்து தொடங்குகிறது. பெயரை விளக்குவதிலிருந்து தனக்கான அர்த்தத்தை அது கட்டமைக்கிறது. அதனால்தான் அயோத்திதாசர் பெயரை உடைக்கிறார். உடைத்த பின்னால், அதில் கிடைக்கும் ஒவ்வொரு

பெயரையும் தனித்தனி அர்த்தத்தில் வாசித்து இணைப்பது மூலம் அதுவரை வழங்கி வந்தவற்றிற்கு மாற்றான அர்த்தத்தை முன்வைக்கிறார். அயோத்திதாசர் மருவுதல் என்கிற வார்த்தையைக் கையாள்வதில்லை. மாறாக, திரிபு / திரித்தல் என்கிற வார்த்தையையே கையாள்கிறார். அந்த அணுகுமுறையை இந்நூல் எடுத்துக்கொண்டுள்ளது.

நூலில் கதையை மட்டுமில்லாமல், பெயர்கள், ஒன்றிற்கான வேறு பெயர்கள், குழூஉப் பெயர்கள், நாள்கோள் பெயர்கள், அவற்றின் எண்ணிக்கை, சடங்குப் பொருட்கள் என ஆய்வுக்குள் கொணரப்படாத விசயங்களுக்கு அழுத்தம் தரப்பட்டிருக்கிறது.

ஓணம் பண்டிகையின் அடிப்படையாக இந்நூல் விவாதிக்கிற விசயங்களில் ஒன்று மரணம். மனிதகுல வரலாற்றில் மரணமும் அதையொட்டிய சடங்குகளும் முக்கியமானவையாக இருந்திருக்கின்றன. மரணம் நிகழ்ந்த நாளும் அதை நினைவுகூரும் சடங்குகளும் பண்பாட்டு வரலாற்றில் முக்கிய நாட்களாக மாறியிருக்கின்றன. மனிதனால் இதுவரையிலும் விடுவிக்க முடியாத புதிர்களில் முதன்மையானது, பிறப்புக்கும் இறப்புக்கும் இருக்கும் அமானுஷ்ய தன்மைதான். இறந்தோரை அப்படியே விட்டுச்செல்வதிலிருந்து மாறி அடக்கம் செய்யக் கற்றுக் கொண்டதிலிருந்தே மனிதனின் ஆதி நாகரிகம் தோற்றம் கொண்டது. அதுவரை தன்னோடு உயிரோடு இருந்த ஒருவரின் உடல் எந்த அசைவும் அர்த்தமும் இல்லாமல் போவது ஏன்? அதற்குப் பின்னர் உயிர் என்னவாகிறது? என்கிற இருத்தலியல் சார்ந்த கேள்விகளே பிணத்தை மதிப்போடு அடக்கம் செய்ய வைத்தது. இதன்படி, இறப்புச் சடங்குகளே மனிதனின் ஆதிச் சடங்குகள். சாவுச் சடங்குகள் மனித வரலாற்றில் தொன்மையானவை மட்டுமல்ல, மனித உணர்ச்சியோடும் நேரடித் தொடர்புடையவை. அதனால்தான், உலகின் எல்லா பண்பாடுகளிலும் சாவுச் சடங்குகள் முக்கியத்துவம் பெற்றுள்ளன. இனி இல்லாமல் போகப்போகிற மனிதனுக்கு வாழும் மனிதர்கள் செய்யும் கடைசி மரியாதை என்பதால், அச்சடங்குகள் கேள்விக்கு அப்பாற்பட்டவையாக இருக்கின்றன. வழிபாடு மற்றும் சமயத்திற்கான முந்தைய வடிவங்கள் இவை. வழிபடும் தெய்வமும் வழிபடும் இடமும் இதை ஒட்டியே உருவாகின. இறந்தவருடைய ஆவி்.அவரின் கடந்த கால இருப்பு தன்னை அச்சுறுத்தும் என்று அஞ்சி வணங்கத் தொடங்கிய இவ்வழிபாடு, தங்கள் குழுவிற்காகப் போராடி இறந்துபட்ட வீரர்களை -

நோய் தீர்த்த வைத்தியர்களை - நெறிபடுத்திய தலைவர்களை / துறவிகளை முன்னோடிகளாகக் கருதி வழிபடுவதாக மாறியிருக்கிறது. இவர்களை அடையாளப்படுத்துவதற்குப் புதைத்த இடத்தில் கல் பொருத்தினர்.

இன்றைக்கும் சாவுக்குரிய குறியீடுகளில் கல் முக்கியமாக இடம்பெறுவதைப் பார்க்கிறோம். இன்றைய இந்தியாவிலுள்ள பழங்கோயில்கள் பலவும் இறந்தோரைப் புதைத்து வழிபடத் தொடங்கி, பிறகே கோவில்களாக மாறியிருக்கின்றன.

அதிலும் சிவன் என்கிற பெயரே இறந்தோரை வழிபடத் தொடங்கியதிலிருந்தே உருவாகியது. இன்றைக்கும் இறந்தோரைச் சிவனடி சேர்ந்தார் / சிவகதி அடைந்தார் / சிவலோகப் பதவி அடைந்தார் என்று சொல்லுவதைப் பரவலாகப் பார்க்கிறோம். இதற்கு சிவனிடம் சேர்ந்தார் என்ற பொருளில்லை. மாறாக, இறந்தவரே சிவன்தான் என்பதே பொருள். புதைவிடத்தில் நடப்பட்ட கல்லே சிவலிங்கமாக மாறியது என்ற குறிப்புகளை ஆய்வாளர்கள் குறிப்பிட்டு இருக்கிறார்கள். சிவன் சுடலை பூசியவனாக அறியப்படுவதும் சுடுகாட்டில் இருப்பவனாகச் சொல்லப்படுவதும் இவ்வாறு பெற்ற வளர்ச்சிதான். மாசி மாத அமாவாசை நாளில் தென் தமிழகத்தில் குலதெய்வக் கோயில்களை வணங்குவதும் வட தமிழகத்தில் சிவனுக்கான மயானக் கொள்ளை விழா நிகழ்வதும் அமைகிறது. இறந்தோருடனும் மயானத்துடனும் தொடர்புடைய அந்நாளிற்கு சிவராத்திரி என்று பெயரிட்டிருக்கிறோம்.

இவ்வாறு இறந்தோரை நினைவுகூரும் பெயரில், சிவன் என்ற பெயர் அடையாளம் வருவது குறிப்பிடத்தக்கது. மாடன் (சுடலை) வழிபாடு மரணத்தோடு தொடர்புடையது என்று கூறியிருக்கும் தொ.பரமசிவன், வைதிகத்தால் உட்செரிக்கப்பட்ட சுடலைமாடன்தான் சிவன் என்று கூறியிருப்பதும் இவ்விடத்தில் குறிப்பிடத்தக்கது. சைவப் பெருங்கோயில்கள் பலவும் துறவிகள் அல்லது சமயத் தலைவர்களின் சமாதிகளின் மேல்தான் கட்டப்பட்டுள்ளன என்றும் அவர் கூறியிருக்கிறார்.

சிலப்பதிகாரத்தில் கண்ணகிக்குச் சிலை வைப்பது என்ற முடிவுக்கு இணையானதாக, சிலைக்கான கல்லை எடுத்து வருவதும் எடுத்துவரும் இடமும் பின்னர் அக்கல்லிற்கு விரிவாகச் சடங்குகள் ஆற்றுவதும்

முக்கியமானவையாகக் காட்டப்பட்டுள்ளன. மக்களின் நம்பிக்கைகளில் நடுவீடு என்ற அமைப்பும், வீட்டு விசேஷ நாட்களில் இறந்தோருக்குப் படைப்பதையும் இன்றைக்கும் பார்க்கிறோம். இறந்தோரின் படங்கள் அல்லது வேறு அடையாளங்களை வைத்து வழிபடும் இடமே வீட்டின் நடுவீடு. இவ்விடத்தில்தான் மனிதனுடைய சாவு பற்றிய யோசனையை பௌத்தம் முறைப்படுத்தி இருக்கிறது என்பதை நினைவுப்படுத்திக் கொள்ளவேண்டும். பௌத்த, சமண மரபில் இன்றைக்கும் நல்லது, கெட்டது ஆகிய இரண்டையும் பவுர்ணமி, அமாவாசை நாட்களுக்கு நகர்த்தி வைத்திருக்கிறார்கள். அதுவே, வைதிக மரபிற்கும் மாறியிருக்கிறது. இப்போதும் அமாவாசை நெருங்குகிறபோது வீட்டில் வயதானவர்கள் நோயுற்று இருந்தால், குடும்பத்தினர் பயப்படுவது வழக்கம். இழப்பை எப்போதும் அமாவாசை நாட்களிலும் நிறைவைப் பௌர்ணமி நாட்களிலும் நினைவுகூர்வர். ஆடி அமாவாசை, தை அமாவாசை, மாசி அமாவாசை, புரட்டாசி அமாவாசை போன்ற நாட்களை இன்றைக்கும் இறந்தோரை நினைவுகூரும் நாட்களாக அனுசரிக்கிறார்கள். பண்டிகைகளும் இவ்வாறுதாம். தீபாவளி, போதி(கி) ஆகிய பண்டிகைகள் இறப்பை நினைவு கூறுவதற்காகவே கொண்டாடப்படுகின்றன. சித்ரா பௌர்ணமி, வைகாசிப் பௌர்ணமி, கார்த்திகைப் பௌர்ணமி போன்றவை புத்தர் பிறப்பு - ஞானம் - இறப்பு என்று பரிபூரணத்தை அடைந்த நாட்களாகவே இருக்கின்றன.

அயோத்திதாசர் மக்களிடையே புழங்கும் சடங்குகளுக்குப் பௌத்த நோக்கில் மறு விளக்கம் தந்து வந்திருக்கிறார். அவற்றில் சாவுச் சடங்குகளின் முக்கியத்துவத்தை - அர்த்தத்தை அதிகம் எழுதி இருக்கிறார். அதன் முக்கியத்துவத்தை இந்நூல் கண்டு கொண்டுள்ளது.

நரக-அசுரன் (நரகாசுரன்) இறந்த நாளாகக் கருதப்படும் தீபாவளிக்கு நிகரானது கேரளத்தின் ஓணம். அங்கு மாபலிச் சக்கரவர்த்தி இறந்ததையொட்டி நினைவுகூரப்படுகிறது. இரண்டு பண்டிகைகளிலும் குறிப்பிடும்படியான ஒற்றுமை, வேற்றுமைகள் உண்டு. இரண்டு இடத்திலும் இருவரையும் விஷ்ணு அவதரித்து அழித்ததாகக் கூறப்படுகிறது. ஆனால், நரக-அசுரனை மக்கள் கெட்டவனாகவே கருதித் தீபாவளி கொண்டாடுகிறார்கள். ஆனால், ஓணத்திற்கான கதையில் விஷ்ணுவால் கொல்லப்பட்டதாகக் கூறப்பட்டாலும், மக்கள் அவன் வரவுக்காகக் கொண்டாட்டத்தை மேற்கொள்கிறார்கள். கதை தரும் அர்த்தம் ஒருவாறு இருந்தாலும், மக்களின் நினைவு கூறல் வேறு

மாதிரியாக இருக்கிறது. இந்த இடைவெளிதான் முக்கியமானது. ஆராய்வதற்குரியதாகிறது. அழிக்கப்பட்டவனை மக்கள் ஏன் மீண்டும் அழைக்க வேண்டும்?

இவ்விடத்தில்தான் கதைக்கும் நடைமுறைக்குமான இடைவெளி மீது வாசிப்பை நிகழ்த்த வேண்டும். கதையின் மூலம் உருவாகும் வரலாறு என்னும் “அத்தாரிட்டியை” மக்களின் பண்பாட்டு நடைமுறையிலிருந்து எதிர்கொள்ளும் முயற்சி இது. இத்தகையதொரு வாசிப்பு முயற்சியைப் பண்பாட்டு நிகழ்வுகள் மீது அயோத்திதாசர் நடத்தியுள்ளார். அதனை முறையியலாக மாற்றும்போது பண்பாட்டு நிகழ்வுகளை மேலும் நுட்பமாகப் புரிந்துகொள்ள வழியேற்படும். இந்த நூல் அத்தகைய முறையியலின் வழியே செய்யப்பட்டிருக்கும் கருவி நூல் எனலாம். உதாரணத்திற்கு ஒன்றை இங்கு குறிப்பிட்டுச் சொல்லலாம். “சிரவண” என்ற சொல் பயன்பாடு எடுத்துக் கொள்ளப்பட்டுள்ளது. அச்சொல் கேரளத்திலும் தமிழகத்திலும் எந்தெந்தத் தருணங்களில், எந்தெந்த அர்த்தங்களில் பயன்படுத்தப்படுகிறது என்பதை விவரிக்கிறது இந்நூல். அச்சொல்லிலிருந்து அடுத்தடுத்த விசயங்களுக்கு விரிந்து செல்கிறது. ஓண நாளில் தமிழகக் கோயில்கள் சிலவற்றில் சிரவண விரதம், சிரவண தீபம் என்ற பெயரில் நீத்தார் நினைவுகூரல் நடப்பது கூறப்படுகிறது. சிரவணம் என்பதே திருவோணம் என்று திரிக்கப்பட்டுள்ளது. அதன் தொடர்ச்சியில் மாவல்ய அமாவாசி, நடுவீடு, இறப்புச் சடங்கில் பாதம் வைத்து வணங்குதல், அவற்றோடு பௌத்த மரபுக்கு உள்ள தொடர்பு, இலக்கியங்களில் உள்ள கோட்டம், அப்படியே திருவள்ளூர் வீரராகவர் கோயிலில் நிகழும் இறந்தார் நினைவுகூரல் என்று அங்கும் இங்கும் தாவி ஒரு இணைப்பைத் தேடிக்கொண்டுள்ளது. தொடர்பே இருக்க முடியாது என்று கருதுபவற்றிற்கு இடையேயும் தொடர்பு இருக்க முடியும் என்று உணர்த்துவதே ஆய்வு. திரட்டப்பட்டுள்ள தகவல்களைக் கொண்டு இன்னும் ஆய்வு செய்ய முடியும் என்று தோன்றுகிறது. அதற்கான முன் தேவையாக, சீரான இணைப்பை அபாரமாகக் கோர்த்துக் காட்டியுள்ளது இந்நூல்.

இந்த நூலை வாசிக்கிறபோது நமக்குத் தோன்றும் கருத்தொன்று குறிப்பான சிந்தனையை எழுப்புகிறது. எல்லாவற்றிலும் மொழியை முதன்மையாக வைத்துப் பார்க்கும் போக்கு இங்கிருக்கிறது. இது இருபதாம் நூற்றாண்டில் செல்வாக்குப் பெற்ற பார்வையாகும். மொழி முதன்மைவாதச் சட்டத்திற்கு ஏற்ப எந்தவொரு பண்பாட்டு நிகழ்வையும்

வெட்டி ஒட்டி, அதற்குள் அடக்கும் போக்கு உருவானது. மொழி முதன்மை வாதத்திற்குள் அடங்காத எத்தகைய அர்த்தங்களும் கணக்கிலே எடுக்காமல் ஒதுக்கி விடப்படும். ஒரு கட்டத்தில் பண்பாட்டு ஆய்வுகளில் இது வலிந்த பார்வையாக மாறிப்போனது. ஓணம் கேரளத்தில் கொண்டாடப்படுவதால், அது மலையாள மொழி பேசுவோரின் அடையாளமாக மட்டுமே அறியப்படுகிறது. தமிழகத்தில் பொங்கல் பண்டிகை தமிழர் திருநாள் என்று கூறப்படுகிறது. இதன் மூலம் குறிப்பட்ட மரபுகள், குறிப்பான மொழிகள் சார்ந்ததாக மட்டுமே புரிந்து கொள்ளப்படுகிறது அல்லது அவ்வாறே மாறியும் போகின்றன. அவ்வாறு வரையறுப்பதன் மூலம் பண்பாட்டில் மொழி தவிர்த்த பிற கூறுகளின் இடம் மறைக்கப்படுகிறது. ஆனால், மக்களின் வழக்கம் அவ்வாறில்லை. ஓணம் கேரளாவில் நிகழ்ந்தது என்றால், தமிழகத்தில் அதன் எச்சம் ஏன் இருக்கிறது? இதனை எவ்வாறு புரிந்து கொள்ளப் போகிறோம் என்பதே இங்கெழும் கேள்விகள். அந்தப் பின்னணியில்தான் இந்த நூலில் கூறப்பட்டுள்ள கேரள ஓணம் பண்டிகையின் தமிழகத் தொடர்பைப் புரிந்துகொள்ள வேண்டியுள்ளது. இந்தத் தொடர்புக்கான பொது இணைப்பாகப் பௌத்தம் இருக்கிறது. இங்கே மொழியை மட்டுமே அடிப்படையாக வைத்து எல்லாமும் உருவாகவில்லை. பண்பாடுதான் முதன்மையானது. சமயம்தான் மொழி தாண்டியும் தொடர்புகளை உருவாக்க வல்லது. சடங்குகள், நம்பிக்கைகள், வழிபாடுகள்தான் அடிப்படையானது. இவை குறிப்பிட்ட மொழி பேசுபவர்களுக்கிடையே கட்டுப்படாதது. இவற்றையே பின்னர் சமயம் தன்னுடையதாக்கியது. எனவே, பண்பாட்டு ஆய்வுகளில் சடங்குகளும் சமயத்தொடர்பும் முக்கியமானவையாகப் பார்க்கப்பட வேண்டும்.

அதேவேளையில், சடங்குகளுக்கும் நம்பிக்கைகளுக்கும் பிந்தைய வடிவம்தான் சமயம். வரலாற்றின் ஒரு காலக்கட்டத்தில்தான் சமயங்கள் வலுப்பெற்றிருக்க முடியும். சமயத்தின் ஆரம்ப கட்டத்தில் பெரும் இறுக்கம் இல்லாதிருந்து, காலப்போக்கிலேயே நிறுவனப் பண்புக்கு மாறி வந்திருக்க வேண்டும். பௌத்தத்திற்கும் இதுவே பொருந்தும். அதேவேளையில், பௌத்தம் வரலாறு முழுவதும் நிறுவனப் பண்பு கொண்டிருந்ததைப் போன்ற வரலாறு காட்டப்படுகிறது. வெகு மக்களிடையே அது இணக்கத்தையும் நெகிழ்வுத்தன்மையையும் பேணியிருக்கிறது. ஆசியப் பகுதியின் தொன்மைக் கால இனக்குழு சமூக வாழ்முறையை அது முறைப்படுத்தியிருக்கிறது. புத்தருடைய வாழ்க்கைக் கதையில்கூட அதற்கான உதாரணத்தைப் பெறலாம். அவர்

போரை மறுத்து அகிம்சை பேசினார். தொடக்க கால இனக்குழு சமூகங்களிடையே ஓயாது போர் நடந்ததை முடிவுக்குக் கொணரும் போக்கு இது. மக்களைச் சமூகமாக மாற்றுவதற்கான ஒழுங்குகளே பௌத்தத்தின் அடிப்படை அறங்களாக இருப்பதைப் பார்க்கலாம். வழிபாட்டு மரபுகளையும் நம்பிக்கைகளையும்கூட முறைப்படுத்தி, அது தக்க வைத்தது. இதன்படியும் இந்தியப் பண்பாட்டு வரலாற்றை வாசிக்க முடியும். அந்தப் பின்னணியில்தான் மாவலி பற்றிய வெகுமக்கள் நினைவு தக்க வைக்கப்பட்டிருக்க வேண்டும். ஆனால், வாய்ப்புக்கேடாக வைதிகம் அவற்றைத் திரித்துப் போலச்செய்து கொண்டது. அந்தத் திரிபையும் போலச் செய்தலையும் உள்மெய் காணும் பணியில் நாம் ஈடுபட வேண்டியுள்ளது.

*   *   *

2003-ஆம் ஆண்டு முதல் தொடரும் மாணவ நட்பு அருள் முத்துக்குமரனுடையது. வகுப்பறைக்கு வெளியே அமைந்த எங்கள் நட்பு குரு-சிஷ்ய உறவானதாக இருந்ததில்லை. அரசியல் மற்றும் கருத்தியல் சார்ந்த தோழமையாகவே நீடித்திருக்கிறது.

என்னை வந்து அடிக்கடிச் சந்தித்துப் பேசுபவராக இருந்த அவர், மெல்ல மெல்ல என் ஆய்வுப் பயணங்களில் உடன் வருபவராக மாறினார். அப்போது நான் மேற்கொண்டிருந்த வெண்மணி பற்றிய ஆய்வுப் பயணத்தில் நாகப்பட்டினம், திருவாரூர் மாவட்டங்களின் சில பகுதிகளுக்கு என்னோடு வந்தார்.

இந்நிலையில் 2017-க்குப் பிறகு நடந்த இரண்டு விஷயங்களைக் குறிப்பிட வேண்டும். கும்பகோணம் தொடங்கி வட மாவட்டக் கிராமங்களில் நான் தேடியலைந்த நந்தன் வழக்காறுகளுக்கான பயணத்தில் முழுமையாக உடனிருந்தவர் அருள் முத்துக்குமரன். அந்த ஆய்வுப் பயணங்களில் முத்துவின் பங்கு முக்கியமானது.

இரண்டாவதாக, திருவண்ணாமலை, ஜவ்வாது மலை, சென்னை ஆகிய மூன்று ஊர்களில் நாங்கள் நடத்திய பண்டிதரைப் படித்தல் என்ற பயிலரங்க நிகழ்வுகளை ஒருங்கிணைப்பதில் முன்னின்றவர்களில் அருள் முத்துக்குமரன் முதன்மையானவர்.

இவ்வாறான களஆய்வு அனுபவம், பண்டிதரின் ஆய்வு நோக்கு என இரண்டும் சேர்ந்து, அவரை ஒரு விஷயத்தைப் புரிந்து வாசிக்கும் நிலைக்கு இயல்பாகவே மாற்றிவிட்டிருந்தன. ஒரு கட்டத்தில் அவரே ஒரு விசயத்தை எடுத்து அலசி ஆராய்ந்து சொல்லும் எழுதும் ஆய்வாளராக மாறி நின்றார். அவரைச் சூழ்ந்து ஆய்வின் மீது அக்கறையுடைய குழுவொன்றும் உருவாகி இருந்தது.

இந்த ஆய்வு வாய்ப்பைக் கல்விப்புலம் சார்ந்து பெற்றவர் இல்லை. ஏதோ ஒரு பழக்கத்தால் உருவானவர் அவர் என்பது இதன் பொருளல்ல. மாறாக, படிப்படியாக உருவாக்கிக் கொண்ட அணுகுமுறை, ஆய்வு நோக்கு ஆகியவற்றைக் கொண்டு சுயமாக உருவானவர் என்பதே பொருள். ஒரு விஷயத்தைப் பலமுறை சோதித்து, சந்தேகங்களைத் தீர்த்துக்கொண்டு ஏற்பவர், எதையும் யாரிடமும் கேட்டுத் தெரிந்துகொள்வதில் தயக்கமோ, தற்செருக்கோ கொள்ளாதவர். இப்பண்புகளே அவரை ஓர் ஆய்வாளராக மாற்றியிருக்கின்றன.

கணிதம் பயின்ற அவர், ஆய்வைக் கல்விப்புல ரீதியாகப் பயிலாததனாலோ என்னவோ, எல்லாவற்றிற்கும் சான்றுகளைக் காட்டினாலும், அதீத மேற்கோள் சுமையில்லாமலும் இறுகிய நடையில்லாமலும் இந்நூலை அமைத்துள்ளார்.

வாழ்க்கைப் போராட்டத்தில் சிக்குண்டவர் என்ற போதிலும், தான் ஏற்றுக் கொண்ட அரசியல் நம்பிக்கை காரணமாகவும் ஆர்வம் காரணமாகவும் இந்தப் பணியில் ஈடுபட்டிருக்கிறார்.

அருள் முத்துக்குமரனின் இம்முயற்சி தொடர வேண்டும். ஆய்வு என்பது நம்மை, நம் பண்பாட்டை அறிவதிலிருந்தும் தொடங்கலாம். இதைப் புரிந்து கொண்டால் ஆய்வு என்பதன் அர்த்தமேகூட மாறிவிடும். எல்லோருமே ஆய்வு நுட்பம் கூடியவர்களாக மாறலாம். இந்நூலை வாசிக்கும் யாரும் அதனை உணர முடியும் என்பதே இந்நூலின் முக்கியத்துவம்.

நன்றி.

ஸ்டாலின் ராஜாங்கம்

ஓணம் பண்டிகை
உள்மெய்யும் புறமெய்யும்

-1-

அறிமுகம்

கேரளப் பண்பாட்டில் ஓணம் பண்டிகை முக்கியமானது என்பதை எல்லோரும் அறிவோம். அது உலக அளவில் புகழ்பெற்ற விழாவாகவும் இருக்கிறது. பிற பண்பாட்டில் இருப்பவர்களுக்கு கேரளா என்றாலே முதலில் நினைவுக்கு வருவது ஓணம்தான். அங்கு ஓணம் மதங்கள் கடந்தும் கொண்டாடப்படுவதால், ஒட்டுமொத்த கேரளாவின் அடையாளமாகவே அப்பண்டிகை திகழ்கிறது. ஏனெனில், அங்கு அது அறுவடைத் திருநாளாகவும் இருக்கிறது. அத்தகைய ஓணம் பற்றிய ஆய்வு நூலே இது. அதை ஆராய வேண்டிய அவசியமென்ன? அல்லது இந்த ஆராய்ச்சியில் இருக்கப் போகிற புதுமை என்ன? என்கிற கேள்விகள் எழலாம். இன்றைக்கு அது கேரளாவின் விழாவாக இருந்தாலும், அதற்குத் தமிழ்ப் பகுதியிலும் தொடர்பு இருந்திருக்கிறது. அத்தொடர்பு வெளிப்படையாக இல்லாவிட்டாலும், இன்றைக்கு வேறு பெயர்களில் மறைமுகமாக இருக்கிறது. இத்தொடர்புக்கு மொழிசார்ந்த உறவைக் காரணமாக்குவது இந்நூலின் நோக்கமல்ல. மாறாக, சமயம் சார்ந்த தொடர்பே காரணம் என்று இந்நூல் விளக்குகிறது. அச்சமயம் பௌத்த சமயமாகும்.

இன்று ஓணம் பண்டிகை இந்து மதத்தின் வைணவ மரபு சார்ந்ததாக அறியப்படுகிறது. ஆனால், அதன் அடித்தளமாகப் பௌத்தம் இருக்கிறது. அது திரிக்கப்பட்டே வைணவ மரபால் எடுத்துத் தனதாக்கிக் கொள்ளப்பட்டிருக்கிறது. நாளடைவில், அது இந்துப் பண்டிகையாக ஆகிவிட்டது.

கேரளாவிலும் பௌத்தம் ஒரு சமயமாக செல்வாக்கோடு விளங்கியிருக்கிறது. சிலைகள் உள்ளிட்ட வெளிப்படையான ஆதாரங்கள் கிடைத்துள்ளன. கேரளப் பண்பாட்டில் பௌத்தம் குறித்த ஆய்வுகளும் வெளியாகியிருக்கின்றன. வெளிப்படையான ஆதாரங்கள் மட்டுமில்லாமல், மறைமுகமாக ஆதாரங்களும் உள்ளன. அவற்றை அங்குள்ள விழாக்கள், கதைகள், கோவில் வழிபாடுகளின் ஊடாக அறிய முடியும். அவ்வாறான ஆய்வாகத்தான் இந்நூல் அமைகிறது. இவ்வாய்வின்போதுதான் அவ்விழாவிற்கான தொடர்புகள் தமிழ்ப் பகுதியிலும் இருந்ததை அறிய முடிந்தது. அதேவேளையில், இங்கும் அது பௌத்தம் சார்ந்ததாக இருந்ததையும் அறிய முடிந்தது. இவ்வாறு கேரளப் பண்பாடு சார்ந்த ஆய்வு தமிழகம் சார்ந்த விசயங்களிலும் தெளிவைப் பெற உதவியிருக்கிறது.

இத்தகைய மறைமுகச் சான்றுகளை அறியவும், ஆராயவும் பண்டிதர் அயோத்திதாசர் கையாண்ட "உள்மெய்" என்ற நிலைப்பாடு ஆய்வுக் கருவியாக உதவியிருக்கிறது. உள்ளார்ந்த சான்றுகளாக மாறிவிட்ட மறைமுகச் சான்றுகளான கோயில்கள், பெயர்கள், சடங்குகள், வழிபாடுகள், கதைகள் ஆகியவற்றின் குறியீட்டுரீதியான அர்த்தங்களைக் கண்டெடுத்துப் பிற சமகாலச் சான்றுகளோடு இணைத்து ஓணம் பற்றிய ஒரு பார்வையைத் தர இந்நூல் முயன்றுள்ளது. கேரளா மட்டுமல்லாது, தமிழகத்திலும் கள ஆய்வின் ஊடாகக் கிடைத்த தகவல்கள், தல புராணக் குறிப்புகள், திருவிழாக்கள் மற்றும் சடங்குகள் பற்றித் தரப்படும் விளக்கங்கள் ஆகியவை இதுவரை இல்லாத அளவில் துணை கொள்ளப்பட்டுள்ளன. இது ஓணம் பற்றியது என்பதால், ஓணம் பற்றிய ஆய்வு என்று பொருளாகாது. ஓணம் பண்டிகையை ஒரு பொருளாக எடுத்துக்கொண்டு, பண்பாட்டுக் கூறுகளின் வழியாகப் புலப்படும் வேறு அர்த்தத்தைச் சுட்டிக்காட்டவே இந்நூல் முயன்றுள்ளது. அந்த அர்த்தம் என்பது பண்பாட்டுக் கூறுகளாக விரவியிருந்த பௌத்தம்தான். இது போன்ற ஆய்வைத் தமிழகத்தின் வேறெந்த பழமையான கோயிலிலும் செய்ய முடியும். பௌத்தத்தை மக்கள் பண்பாட்டிலிருந்து கண்டடைவதற்கு இதுவும் ஒரு வழியாகும்.

-2-

கேரளாவில் கொண்டாடப்படும் ஓணம் பண்டிகை குறித்து எண்ணற்ற கதைகள் சொல்லப்படுகின்றன. சொல்லப்படும் எல்லாக் கதைகளிலும் உள்ள பொது அம்சமாகக் கீழ்க்காணும் கருவே உள்ளது. இவற்றை நாம் கதைகளாகக் கருதலாம். ஆனால், மக்கள் நினைவுகளைப் பொறுத்தவரையில் இவைதாம் வரலாறு. ஒவ்வொரு ஆண்டும் நடத்தப்படும் விழாக்களும் நம்பிக்கைகளும் அந்த வரலாற்றை நினைவுகூரும் நடைமுறைகளாகவே உள்ளன. நாம் இப்போது கதைக்குள் செல்வோம்.

மாவலி என்ற மன்னர் கேரளத்தைச் சிறப்போடு ஆண்டு வந்தார். தானம், தருமங்கள் செய்வதில் சிறந்து விளங்கிய மாவலி மன்னர் வேள்வி செய்யும்போது திருமால் வாமனனாக (குள்ள உருவில்) உருவெடுத்து வந்து மூன்றடி மண்ணை வரமாக வேண்டினார். மாவலி மன்னனும் மூன்றடி மண்ணை வழங்க ஒப்புக்கொண்டார். ஓர் அடியால் இந்தப் பூமியையும் இரண்டாவது அடியால் விண்ணையும் அளந்த திருமாலுக்கு மூன்றாவது அடிக்காகத் தனது தலையையே கொடுத்தான் மாவலி. மன்னனுக்கு முக்தி அளிக்க வேண்டி, அவன் தலையில் கால் வைத்துப் பாதாள உலகிற்குள் தள்ளினார் திருமால். ஆனால், தன் நாட்டு மக்கள் மீது மிகுந்த அன்பு வைத்திருப்பதால் வருடத்திற்கு ஒருமுறை பாதாள உலகத்திலிருந்து வந்து தன் நாட்டு மக்களைக் கண்டு மகிழும் வரம் வேண்டினான் மன்னன். அதன்படி, ஒவ்வொரு ஆண்டின் திருவோணத்

திருநாளிலும் மாவலி பாதாள உலகிலிருந்து பூலோகத்திற்கு வருவதோடு, தங்களது வீடுகளுக்கும் வந்து செல்வதாகக் கேரள மக்கள் நம்புகிறார்கள். மாவலி மன்னனை மீண்டும் வரவேற்கும் வகையில்தான் இந்த ஓணத் திருவிழா ஆண்டுதோறும் கொண்டாடப்படுகிறது.

மதம் கடந்து மிக விமர்சையாகக் கேரள மக்களால் இப்பண்டிகை கொண்டாடப்படுகிறது. மேலும், இந்த நாளை மக்கள் அறுவடைத் திருநாளாகவும் கொண்டாடுகிறார்கள். இந்நிகழ்வு மலையாள மாதத்தின் தொடக்க மாதமான சிங்க மாதத்தில் கொண்டாடப்படுவது முக்கியமானது. ஓணம் பண்டிகை அடிப்படையில் வைணவ மரபு சார்ந்ததாக அறியப்படுகிறது. இன்றைக்கு அந்தக் கருத்து ஏற்கவும் பட்டுள்ளது. ஆனால், ஓணத்தின் பண்பாட்டுக் கூறுகளை ஆய்வு செய்தால், அதை வைணவப் பண்டிகை என்று நம்மால் கூற இயலாது. அவ்விழாவிலுள்ள அவைதிகக் கூறுகளே அதற்கான அடிப்படையைக் கொண்டுள்ளன.

ஓணம் பண்டிகையைக் கேரள மக்கள் பேச்சு வழக்கில் சிரவணப் பண்டிகை என்றே கூறுகிறார்கள். அதனால், சிரவண என்ற சொல்லிலிருந்தே இந்த ஆய்வை நாம் நகர்த்தலாம். சிரவண என்பது பாலி மொழிச் சொல். இதன் தமிழ்ச் சொல்லே திருவோணம். சிரவணம் அல்லது சிரவண மதம் பற்றி இரு வேறு கருத்துகள் நிலவுகின்றன. முதல் கருத்து வைதிக மரபை எதிர்த்துச் செயல்பட்ட அனைத்து அவைதிக மதங்களையும் (பௌத்தம், சமணம், உலகாயுதம்) பொதுவாக அழைக்கப் பயன்படும் சொல் இதுவாகும். இரண்டாவது கருத்து, சிரவண மதம் என்பது பௌத்த மதத்தை மட்டுமே குறிக்கும் சொல். இந்த இருவேறு கருத்துகளின் மூலம் நாம் உறுதியாக ஒரு முடிவுக்கு வரலாம். சிரவணம் என்ற சொல் அவைதிகக் கருத்தைக் கொண்ட மதத்தை குறிக்கிறது. நாம் இங்கு பௌத்தம் என்ற அர்த்தத்தை எடுத்துக்கொண்டு ஆராயலாம்.

சிரவண என்ற சொல்லின் பொருளைத் தேடும்போது அதன் அர்த்தம் சார்ந்து நமக்கு வேறு புரிதல்கள் கிடைக்கின்றன. இது குறித்து "யோகங்களின் விவரம்" என்ற தலைப்பில் அயோத்திதாசர் பண்டிதர் விரிவாக விளக்குகிறார். புத்த சங்கத்தார் எக்காலமும் அழியாத எட்டு வகையான யோகங்களை வழங்கியுள்ளனர். அவற்றுள் இரண்டாவது யோகம் நியம் அல்லது நியமம் ஆகும். இந்த நியமம் பத்து வகைப்படும்.

நியமம் என்பது அட்டாங்க யோகங்களின் இரண்டாம் படி. ஒழுக்கத்தின் மூலம் ஆத்தும சுத்தத்தினை அடைவதை வலியுறுத்துகிறது.

1. தபசு, 2. சந்தோஷம், 3. ஆஸ்திக்கியம், 4. தானம், 5. ஈஸ்வர பூஜை, 6. சித்தாந்த சிரவணம், 7. லஜ்ஜை, 8. மதி, 9. செபம், 10. விரதம்.

- இவையே பத்து வகையான நியமங்கள். இவை ஒவ்வொன்றுக்கும் விளக்கம் தரும்போது, சித்தாந்த சிரவணம் என்பதற்கு "ஞான சங்கத்தாரை வணங்குதல் மற்றும் அவர்களின் அறிவுரையைக் கேட்குதல் குறிப்பாக, புத்த சங்கத்தாரைப் பரிநிர்வாண தினத்தில் வணங்குதல் என்று பொருளாகிறது" என அயோத்திதாசர் கூறுகிறார்.

-3-

மலையாள ஆண்டின் சிங்கம் மாதத்தில் அத்தம் நட்சத்திரத்தில் தொடங்கி திருவோணம் நட்சத்திரம் (சிரவண நட்சத்திரம்) வரையிலான பத்து நாட்கள் ஓணமாகக் கொண்டாடப்படுகிறது. ஓணம் ஆயிரம் ஆண்டுகளுக்கு மேலாகக் கொண்டாடப்பட்டு வருவதாகக் கூறப்படுகிறது. ஓணம் திருநாள் கொண்டாடப்படும் பத்து நாட்களும் மக்கள் அதிகாலையிலே எழுந்து குளித்து வழிபாட்டில் ஈடுபடுகிறார்கள். கசவு என்று சொல்லக்கூடிய சுத்தமான வெண்ணிற ஆடை உடுத்தி, வீட்டின் முன்பு பத்து நாட்களும் தொடர்ந்து பூக்களினாலான கோலங்கள் இட்டு ஆடிப்பாடுகிறார்கள் பெண்கள். திருவிழாவின் ஒவ்வொரு நாளுக்கும் தனித்தனி பெயர் கொடுத்துக் கொண்டாடுகிறார்கள்.

1. அத்தம் அல்லது அஸ்தம், 2. சித்திரை, 3.சுவாதி, 4. விசாகம்,
5. அனுஷம், 6. கேட்டை அல்லது திரி கேட்ட, 7. மூலம்,
8. பூராடம், 9. உத்திராடம், 10. திருவோணம் அல்லது சிரவணம்

என்பவையே அப்பெயர்கள். இதில் ஓணம் பண்டிகை தினத்தில் அத்தப்பூக் (அத்தம் பூ) கோலமிட்டு, மக்கள் மாவலிச் சக்கரவர்த்தியை வரவேற்கிறார்கள்.

கேரள மக்கள் இப்பத்து நாட்களிலும் தங்கள் வீட்டு முற்றத்தை அலங்காரம் செய்து, கோலமிட்டுக் கொண்டாடுகிறார்கள். இதில் அத்தப்பூக் கோலம் முதன்மையானதாகும்.

அத்தம், சித்திரை, சுவாதி ஆகிய நாட்கள் பௌத்த மரபைச் சார்ந்த பெயர்களாகத் தெரிகின்றன. வீட்டு முற்றத்தைச் சாணத்தால் மெழுகி, தும்பைப் பூவைக் கொண்டு அலங்கரிப்பர். முதல் நாள் ஒரு பூ, இரண்டாம் நாள் இரண்டு பூக்கள் என ஒவ்வொரு நாளுக்கு ஏற்பப் பூக்களின் எண்ணிக்கை அமையும். சுவாதி நாளில் செம்பருத்திப் பூவில் அலங்கரிப்பதும் உண்டு. திருவோண நாளில் பத்து அடுக்குகள் அல்லது பத்து வகையான பூக்களைக் கொண்டு கோலமிடுவார்கள். இந்த அமைப்பு சமவசரணம் அமைப்பை நினைவூட்டுகிறது.

சிரவண நாள் இரவில், பூக்களத்தில் பலகையிட்டு அரிசி மாவு பூசுவர். அதோடு, மண்ணால் ஆன விக்கிரகங்களையும் வைத்துப் பால், பழம், சர்க்கரை ஆகியவற்றைச் சேர்த்துப் படைப்பர். ஒவ்வொரு நாளும் மூன்று வேளையும் வணங்குவர். பத்து நாளும் விழா இவ்வாறே தொடர்ந்து கொண்டாடப்படும்.

துவாதசி திதி

சிரவணப் பண்டிகை அல்லது ஓணம் பண்டிகை தமிழ் ஆண்டைப் பொறுத்தவரையில் ஆவணி மாதத்திலும், மலையாள ஆண்டில் சிங்கம் மாதத்திலும் சக ஆண்டில் சிரவண அல்லது சிராவண மாதத்திலும் கொண்டாடப்படுகிறது. சக ஆண்டின் ஒரு மாதமே சிரவண மாதமாக இருக்கிறது. எனவே, அந்த மாதத்தில் நடக்கும் சில பண்பாட்டு நிகழ்வுகளைக் காண்போம்.

சிரவண மாதத்தில் சிரவண சுத்த பிரதமை நாள் அமாவாசைக்கு அடுத்த நாளாக வருகிறது. சிரவண பகுள பிரதமை நாள் பௌர்ணமிக்கு அடுத்த நாளாக வருகிறது. இந்தப் பதினைந்து நாட்களுக்கு இடைப்பட்ட நாளில் துவாதசி திதி என்பது வருகிறது. ஆவணி மாதத்தில் வரும் துவாதசியைச் சிறப்பாகக் கொண்டாடுவார்கள். ஆவணி மாதத்தில் வரும் துவாதசியைப் புத்த துவாதசி என்று அழைக்கிறார்கள். புத்த துவாதசி என்ற சொல் நேரடியாகப் பௌத்தத்துடன் தொடர்புடையதாக இருப்பதை அறியலாம். மேலும், சிரவண மாதத்திலேயே இந்தப் புத்த துவாதசி இடம்பெறுவதையும் நாம் கவனத்தில் எடுத்துக்கொள்ள வேண்டும். புத்த துவாதசி தினத்தில் மக்களிடம் இருந்து தானங்கள் பெற்றுக்கொண்டு, சிரவண சங்கத்தைச் சேர்ந்த பிக்குகள் (சன்னியாசிகள்) ஓர்

இடத்திலிருந்து மறு இடத்துக்குத் தம் பயணத்தைத் தொடங்குகிறார்கள். இப்படி நடக்கும் நிகழ்வே புத்த துவாதசி. அத்தகைய புத்த துவாதசி நாளில் நடக்கும் இந்தச் சடங்கு முறை திருவோணம் பௌத்த பண்டிகை என்பதையே காட்டுகிறது.

இதேபோன்று இலங்கையில் சிரவண மாதத்தில் வருகிற பூரணை நாளில், அதாவது பௌர்ணமி நாளில்தான் போயா தினம் கொண்டாடப்படுகிறது. ஆவணி மாதத்தில் வரும் போயா தினத்தை நிக்கினி போயா தினம் என்று கூறுகிறார்கள். காரணம், முதலாவது தர்ம உபதேசம் ஆரம்பிக்கப்பட்ட தினம். இன்றும் இந்த நாளை இலங்கையில் போயா தினம் என்று மக்கள் அரசு விடுமுறையுடன் கொண்டாடுகிறார்கள். இந்தத் தினத்தில் புத்தப் பிக்குகளின் இருப்பிடத்திற்கே சென்று மக்கள் தானம் வழங்குவர். இவ்வாறே நாடு முழுவதும் உள்ள புத்த விகார்களில் உணவு தானம் வழங்குவார்கள். இந்த மாதத்தில்தான் பிக்குகள் தம் பயணத்தையும் தொடங்குவார்கள். இதையொட்டித் தமிழகத்தில் உள்ள புத்தமங்கலத்திற்கு வரும் இலங்கை பிக்குகள், அவ்வூரில் இருக்கும் புத்தர் சிலையை வணங்கிவிட்டு, உணவு வழங்கிச் செல்வது வழக்கமாக உள்ளது. இந்த இலங்கையின் போயா பண்டிகையும் கேரளாவின் ஓணம் பண்டிகையும் ஒரே மாதத்தில் கொண்டாடப்படுகின்றன. இவ்விரண்டு பண்டிகைகளின் செயல்பாடுகளிலும் ஒற்றுமை உள்ளது. எனவே, கேரளாவில் நடைபெறும் ஓணம் பண்டிகையைப் பௌத்தப் பண்டிகை என்ற கண்ணோட்டத்தில் மறுவாசிப்பு செய்வதில் பொருத்தம் இருக்கிறது.

சிரவண நாளில் அத்தப்பூ அல்லது அத்தம் பூக்கோலம் போடுகிறார்கள் என்று பார்த்தோம். அத்தம் என்ற சொல்லுக்கு அருகன் என்ற பொருளும் உள்ளது. "அத்தத்தின் பத்தாவது நாளில் தோன்றிய அச்சுதன்" என்று தமிழின் திவ்வியபிரபந்தத்தில் கூறப்படுகிறது. அச்சுதன் என்ற சொல் புத்தர் மற்றும் அருகன் ஆகியோரையும் குறிக்கும். இச்சொல்லைப் பௌத்த மரபில் இருந்து வைணவம் தனதாக்கி கொண்டிருக்கிறது. மேற்கண்ட விவரங்களின் அடிப்படையில் பார்த்தால், ஓணம் அல்லது சிரவணப் பண்டிகையை பௌத்தப் பண்பாட்டுப் பண்டிகைக்கு அருகில் கொணரலாம்.

– 4 –

சிரவணப் பண்டிகை தினத்தில் வைணவத் தலங்களில் நடக்கும் பண்பாட்டு நிகழ்வுகளும் முக்கியத்துவம் வாய்ந்தவையாக உள்ளன. அவற்றை இனிக் காணலாம். நான் நேரில் சென்று கள ஆய்வு செய்த முக்கியமான மூன்று வைணவத் தலங்களை மட்டும் இங்கு விவாதிக்கலாம். மேலும், அனைத்து வைணவத் தலங்களிலும் சிரவணப் பண்டிகை நடந்தாலும், அதனைச் சிறப்பாகக் கொண்டாடுவதாலேயே இம்மூன்று வைணவத் தலங்களை முக்கியமானதாகக் கருதுகிறேன்.

1. ஒப்பிலியப்பன் கோவில், திருநாகேஸ்வரம்
மூலவர்: திருவிண்ணகர், உப்பிலியப்பன், ஒப்பிலியப்பன்
உற்சவர்: பொன்னப்பன்

2. தேவநாதன் சுவாமி கோவில், கடலூர்
மூலவர்: ஹயக்ரீவர், தேவநாதன் அல்லது தெய்வநாதன், நாதன்
உற்சவர்: அச்சுதன்
விமானம்: சுத்தசத்துவ விமானம்

3. வெங்கடாசலபதி கோவில், திருப்பதி
மூலவர்: வெங்கடேசப் பெருமாள், ஏழுமலையான்
உற்சவர்: மலையப்பசாமி

குறிப்பு

மூலவர் - கருவறையில் இருப்பவர்

உற்சவர் - வீதிகளில் உலா வருபவர்

விமானம் - கருவறைக்கு மேல் அமைக்கப்பட்டிருக்கும் பட்டைக் கூம்பு வடிவக் கட்டிடக் கூறு.

சீனா பௌத்தத் துறவிகளான பாகியான் மற்றும் யுவான் சுவாங் இந்தியாவைப் பற்றி எழுதிய குறிப்புகளில் மிக முக்கியமானது, "பல புத்தக் கோவில்களில் புத்தரை ரதத்தில் வைத்துக் கொண்டுவருவர். இது பௌத்தத்தின் முக்கிய பண்பாட்டுக் கூறு" என்பதாகும். பௌத்த விகார்களை வைணவம் கைப்பற்றியவுடன், அவர்களுக்கு மிகப் பெரிய சவாலாக இந்தப் பௌத்தப் பண்பாட்டு நிகழ்வுகள் இருந்தன. இதனை முறியடிக்கவே இவர்கள் மூலவர், உற்சவர் என்ற இரட்டை நிலையை உருவாக்கினார்கள். மூலவருக்கு இரண்டுக்கும் மேற்பட்ட பெயர்களை வைத்து, அதற்கான காரணத்தை ஒரு புராணக் கதையின் மூலம் உருவாக்கி, அதன் உண்மையான பௌத்த அடையாளங்களை வலுவிழக்கச் செய்தனர். பெயர் அரசியலின் துவக்கப் புள்ளியே இவர்கள்தான். இப்படித்தான் வைணவம் எல்லாவற்றையும் தனதாக்கிக் கொண்டது.

திருநாகேஸ்வரம் ஒப்பிலியப்பன் கோயில் மூலவரின் பெயர் ஒப்பிலியப்பன். இப்பெயர் புத்தரைக் குறிக்கும் சொல் என்று அயோத்திதாசர் பண்டிதர் விளக்கியிருக்கிறார், மேலும், இங்குள்ள உற்சவரின் பெயர் பொன்னப்பன். பொன்னப்பன் என்பது அருகனைக் குறிப்பதாக சென்னைப் பல்கலைக்கழக அகராதி குறிப்பிடுகிறது. மக்களிடம் புழக்கத்தில் உள்ள நினைவுகளை அவ்வளவு எளிதாக அவர்களால் மாற்றமுடியவில்லை என்பதற்கு இதெல்லாம் சான்று. உற்சவர் ரதத்தில் மக்களிடம் செல்வதால், அந்தப் (புத்தரின்) பெயரை அவர்களால் மாற்றமுடியாமல், வேறு பெயர்களை வைத்து அதன் உண்மைத் தன்மையை மறைத்துள்ளார்கள். கிராமங்களில் உப்பிலியப்பன் என்ற பெயரில் கிராம தெய்வங்கள் இன்றும் உள்ளதையும் இத்தோடு இணைத்து நோக்கலாம்.

திருவந்திபுரம் தேவநாதன் சுவாமி கோவில் இன்றும் மக்கள் வழக்கில் நாதன்சுவாமி என்றே அழைக்கப் பெறுகிறது. இந்தப் பெயர் மூலவர்களின் பல பெயர்களில் ஒன்று. நாதன் மற்றும் போதிநாதன் என்பது புத்தரைக் குறிக்கும் சொல் என்பதை மணிமேகலை வழி அறியலாம். நாதன்சுவாமி கோவிலில் உற்சவர் பெயர் அச்சுதன். இந்தச்

சொல் பாலி மொழிச் சொல். இதற்கும் புத்தர் என்றே பொருள். கேரளாவில் இன்றும் அச்சன் மற்றும் அச்சுதன் பெயர் புத்தரைக் குறிக்கப் பயன்படுத்தப்படுகிறது. இந்தக் கோவிலின் விமானத்தின் பெயர் சுத்தசத்வம். சத்வம் (sattva) என்பது பாலி மொழிச் சொல். இதற்குப் பற்றற்றவன் என்று பொருள். Bodhisattva என்பது பௌத்தத்தில் பிக்குகளின் ஒரு படிநிலையைக் குறிக்கும். Bodhisattva நிலையை அடைந்த பௌத்தப் பிக்குவின் சமாதியாகக்கூட இது இருக்கலாம். ஏனெனில், இறந்தவர்களை வணங்கும் மரபு பௌத்தத்தில் உண்டு (தமிழகத்தில் இருக்கும் பல பெரிய கோவில்கள் இறந்தவர்களின் சமாதிதான்) என்பதை நாம் கவனத்தில் கொள்ளவேண்டும்.

திருப்பதி மலைக்கு புல்லிக்குன்றம் என்ற பெயரும் உள்ளது. இந்தப் பெயர் வரக் காரணம் புல்லி என்ற களப்பிர மன்னன் இந்தப் பகுதியை ஆட்சி செய்ததால், இது புல்லிக்குன்றம் எனப் பெயர் பெற்றது. வெங்கடேசப் பெருமாள் கோவிலின் உற்சவரை மலையப்பசாமி என்றே இன்றும் மக்கள் அழைக்கிறார்கள்.

இலங்கையில் புத்தத் துறவிகள் தாக்கப்பட்டபோது, அவர்கள் ரோகன மலையில் போய் ஒளிந்துகொள்கின்றனர். அவர்களைக் காப்பாற்ற குலசேகரன் என்றொரு தமிழ் அரசன் தன் தளபதியான மலையப்பரை அனுப்புகிறான். மலையப்பர் அந்தப் புத்தத் துறவிகளுக்கு உதவியதோடு, பின்னர் தானும் ஒரு புத்தத் துறவியாக மாறிவிடுகிறார். அவர் இறந்த பின், மன்னன் குலசேகரன் அவருக்குத் தமிழ்நாட்டில் மலைக் கோயிலொன்றைக் கட்டுகிறான். அந்தத் தளபதியின் மீது கொண்ட அன்பால், அந்தக் கோயிலுக்கு மலையப்பரின் பெயரையும், வாசல் படியில் தன் பெயரையையும் பொறிக்கிறான்.

இன்றும் திருப்பதி கோயில் கடவுளின் பெயர் மலையப்பசாமிதான். அந்தக் கோயிலின் கர்ப்பகிருக வாயிலில் உள்ள படியின் பெயரும் குலசேகரன் படிதான். (தெரிந்த வரலாற்றின் தெரியாத பக்கம், கிருஷ்ணவேல், டி.எஸ்.)

ஓணம் பண்டிகை என்ற பெயரிலான சிரவணப் பண்டிகையை மேற்கண்ட மூன்று கோவில்களிலும் பத்து நாள் விழாவாகக் கொண்டாடுகிறார்கள். அதற்கு ஆதாரமாக அன்றைய தினங்களில் நடக்கும் சடங்கு நிகழ்வுகளைக் காண்போம்.

– 5 –

1. சிரவண தீபம், 2. சிரவண விரதம், 3. சிரவண துவாதசி, 4. சிரவண பாதம், 5. சிரவண சுண்டல் - ஆகியவை சிரவணப் பண்டிகைக்காகக் கடைபிடிக்கப்படும் சடங்குகளாகும். இச்சடங்குகளின் உள்ளார்ந்த இயங்கு வடிவங்களைக் காணலாம்.

1. சிரவண தீபம்

சிரவணப் பண்டிகை நாட்களில் உச்சகாலப் பூசைக்கு முன்பு தீபம் ஏற்றப்படும். இத்தீபத்துக்கு மட்டும் சிரவண தீபம் என்று பெயர். மற்ற நேரங்களில் ஏற்றப்படும் தீபத்தை அவ்வாறு அழைக்கமாட்டார்கள்.

2. சிரவண விரதம்

திருவிழா நாட்களில் உண்ணா நோன்பிருந்து நீராடி, உப்பில்லாத உணவை இறைவனுக்குப் படைத்து, பின்னர் அதனை உண்டு விரதம் முடிப்பதே சிரவண விரதமாகும். இவ்விரதத்தைச் சிரவண நாட்களில் பக்தர்கள் தங்களது வீட்டிலிருந்தும் கடைப்பிடிக்கலாம். சிரவண விரதம் சார்ந்து கேரள குருவாயூர் கோயிலில் கடைப்பிடிக்கப்படும் சடங்கைப் போன்று, தமிழகத்தில் திருநாகேஸ்வரத்தில் உள்ள ஒப்பிலியப்பன்

கோவிலிலும் பிரார்த்தனை துலாபாரம் என்பது நடைபெறுகிறது. இவ்விரண்டு இடங்களிலும் பக்தர்கள் தங்களது வேண்டுதலுக்கேற்ப உப்பைத் தவிர, நெல், அரிசி, எண்ணெய், தானிய வகைகள், தங்கம், வெள்ளி போன்ற பொருட்களைக் காணிக்கையாகச் செலுத்துவதுண்டு.

3. சிரவண துவாதசி

சிரவண நட்சத்திரத்தை மகாவிஷ்ணுவுக்கு உகந்த நட்சத்திரம் என்று கூறிப் பின்பற்றுகின்றனர். விஷ்ணு சிரவண நட்சத்திரத்தின் அதிதேவதை என்று நம்பப்படுகிறது. சோதிட கணித சாஸ்திரத்தில் கிரகங்களின் குணம் எந்தத் தெய்வத்தின் குணத்தை ஒத்துள்ளது எனக் கண்டறிந்து, அந்தத் தெய்வத்தை அதிதேவதையாகக் கூறுவது வழக்கம். இந்த அடிப்படையில் விஷ்ணு அதிதேவதை. இதனால் விஷ்ணுவுக்குச் சிரவண நட்சத்திரம் உகந்தது என்று கட்டமைக்கின்றனர்.

சிரவண நட்சத்திரம் விஷ்ணுவுக்கு உகந்தது என்பதைப் போல, "துவாதசி" தினமும் விஷ்ணுவுக்கு உகந்த தினம் என்று கூறிக்கொள்கின்றனர். அதன்படி சிரவண நட்சத்திரமும் துவாதசி தினமும் இணைந்து வரும் நாளை "சிரவண துவாதசி" என அழைக்கின்றனர்.

"சிரவண துவாதசி" தினத்தில் உபவாசம் இருந்து மகாவிஷ்ணுவைப் பூஜித்தால், பாவங்கள் நீங்கிப் புண்ணியத்தை அடையலாம் என்ற நம்பிக்கையை வற்புறுத்துகின்றனர். பொதுவாக, உடல்நலத்துக்காக ஏகாதசி, அமாவாசை போன்ற நாட்களில் ஒரு வேளையோ அல்லது ஒரு நாள் முழுவதுமோ அவரவர்களின் உடலுக்குத் தகுந்தவாறு உணவு, நீர் உட்கொள்ளாது இருப்பர். அதற்கு உபவாசம் என்று பெயர். துவாதசி அன்றும் திருவோணம் அன்றும் வீ'ணுவை ஆராதிக்க வேண்டும் என்று கூறுகின்றனர்.

சிரவண நட்சத்திரமும் துவாதசியும் இணைந்து ஒரே நாளில் வராமல், தனித்தனி நாட்களிலும் வரும். இவ்வாறு இவ்விரண்டும் ஒரே நாளில் சேர்ந்து அமையாமல், துவாதசி தனித்து வரும் நாளைப் "புத்த துவாதசி" என்றும் சிரவண நட்சத்திரம் தனித்து வரும் நாளைத் "திருவோணம்" என்றும் அழைக்கின்றனர். சிரவண நட்சத்திரமும் துவாதசியும் சேர்ந்து ஒரே நாளில் வரும்போது, அந்நாள் "சிரவண துவாதசி" என்று அழைக்கப்படுகிறது.

துவாதசி நாளில் கொண்டாடப்படும் இப்பண்டிகைக்குப் பௌத்த மரபோடு தொடர்பு இருக்கிறது என்பதைப் புத்த துவாதசி என்னும் சொல்லாடல் வெளிச்சம் போட்டுக் காட்டுகிறது. சிரவண நட்சத்திரமும் புத்த துவாதசியும் இணையும் நாளைச் (ஓணப் பண்டிகை நாள்) சிரவண துவாதசி என்று குறிக்கும்போது, பௌத்தத்தை வெளிப்படையாகக் குறிக்கும் புத்த என்னும் சொல் இடம்பெறாமல் போகிறது. எனவே, பௌத்தப் பண்டிகையான ஓணப் பண்டிகையை வைணவப் பண்டிகையாக மாற்றிய பிறகு, அதைப் பௌத்தம் என்று அடையாளப்படுத்துவதில் சிரமம் ஏற்பட்டுவிடும். எனவே, "சிரவண துவாதசி" (ஓணப் பண்டிகை) என்பதைச் "சிரவண நட்சத்திர புத்த துவாதசிப்" பண்டிகை என்று சரியான விரிவாக்கத்தோடு மனதில் கொண்டால், ஓணப் பண்டிகை "புத்த துவாதசி" நாளில் கொண்டாடப்படுவதைப் புரிந்துகொள்ளலாம். எனவே, ஓணம் பண்டிகை பௌத்தப் பண்டிகை என்பதையும் அது புத்தருக்காகக் கொண்டாடப்பட்டிருக்கலாம் என்பதையும் அறியலாம். பிற்காலத்தில் இதை இந்து மதத்தின் வைணவப் பிரிவு தனதாக்கிக் கொண்டபோது விஷ்ணுவுக்குக் கொண்டாடப்படுவதாக மாற்றிவிட்டனர் என்பதற்கு இப்பண்டிகை கொண்டாடப்படும் நாளே சாட்சியாய் அமைந்துள்ளது.

ஏகாதசிக்கு மறுநாள் துவாதசி ஆகும். பொதுவாக, ஏகாதசி அன்று உபவாசம் இருந்து மறுநாள் துவாதசியில் பாரணம் (உபவாசம் முடிந்த பிறகு உணவு உட்கொள்வது) செய்ய வேண்டியிருப்பதால், அன்று உபவாசம் இருக்க வேண்டியதில்லை. ஆனால், சிரவண நட்சத்திரமும் துவாதசியும் சேர்ந்த சிரவண துவாதசி அன்று விசேஷ விதியாக உபவாசம் இருக்க வேண்டும். இதனால், பாவங்கள் விலகி நம் குழந்தைகள் வாழ்க்கையில் உயர்வு பெற்று நலமாக வாழ்வார்கள் என்ற நம்பிக்கையை மக்கள் கொண்டுள்ளனர்.

புத்த துவதாசிக்கு மற்றொரு பெயராகச் சிரவண துவாதசி விளங்குவதை நாம் புரிந்து கொள்ளவேண்டும்.

ஆவணி மாதத்தில் வரும் துவாதசிக்கும் புத்த துவாதசி என்றே பெயர் வழங்கப்படுவதை ஏற்கனவே நாம் பார்த்தோம். அதனால்தான் அது துவாதசி சிரவண நாளில் வரும்போது சிரவண துவாதசி அல்லது புத்த சிரவண துவாதசி என்று குறிக்கப்படுகிறது. இதன்படி, புத்த துவாதசி, சிரவண துவாதசி இரண்டுமே சிரவண மாதத்தில் வந்தால், இரண்டுமே ஒன்றுதான் என்ற முடிவுக்கு வரலாம்.

4. சிரவணா பாதம்:

அய்யப்பன் கோவிலில் அரவணப் பாயசம் வழங்கப்படுவதை நாமறிவோம். அதைச் செய்வதற்குத் தேவையான கவுனி அரிசி, நெய் போன்ற பொருட்களைக் கேரள மாநில மாவலிக்கரப் பகுதியில் உள்ள செட்டிக்குளக்கரைத் தேவி கோவிலிலிருந்து எடுத்துச் செல்கின்றனர். அப்படிச் செல்லும்போது கோவிலின் வடக்குப் பகுதியில் உள்ள கல்லால் ஆன பாதத்தில் பொருட்களை வைத்து வணங்கிவிட்டு எடுத்துச்செல்லும் மரபு இருந்து வந்தது. இக்கோயிலில் இப்பொழுது இந்த வணங்கும் பழக்கம் வழக்கில் இல்லை. எனினும், வடக்கு என்பது பழம் மரபில் முக்கியமான மரபு. வடக்கிருத்தல் என்ற மரபு பௌத்த (சமண) மரபோடு இணைந்தது என்பதை இவ்விடத்தில் நினைவுப்படுத்திக் கொள்ளலாம். இவ்விடத்தில் முன்பிருந்த புத்தர் பாதத்தை அழித்துவிட்டனர் என்று அப்பகுதி மக்கள் கள ஆய்வின்போது என்னிடம் கூறினர். இதன் மூலமும் சிரவணப் பண்டிகையைப் பௌத்தப் பண்டிகையோடு தொடர்புபடுத்திக் கருத வேண்டியிருக்கிறது.

சபரிமலைக் கோவிலுக்கு மற்றொரு பெயர் சாஸ்தா கோவில் என்றும், சாஸ்தா என்பது புத்தரைக் குறிக்கும் பாலி மொழிச் சொல் என்றும் நமக்குத் தெரியும். எனவே, கேரளாவின் (முன்னாள்) பௌத்தக் கோயிலாகிய அய்யப்பன் கோவிலுக்குக் கொண்டுவரப்படும் அரவணப் பாயசம் செட்டிக்குளக்கரைக் கோவிலில் இருந்து கொண்டுவரப்படுவதால், இக்கோவிலும் பௌத்தக் கோயிலாக இருந்திருக்கக்கூடும் என நாம் கருதலாம். எனவே, இக்கோயிலில் அழிக்கப்பட்டதாகக் கூறப்படும் சிரவண பாதம் என்பது புத்தரின் பாதம் என்ற முடிவுக்கும் வரலாம்.

இன்றும் கேரளாவின் மலைப்பகுதியில் வாழும் மக்கள் சிரவணப் பண்டிகை தினத்தில் சிரவண பாதம் வரைவதை மரபான பழக்கமாகக் கொண்டுள்ளனர். பாதத்தை வழிபடுவது பௌத்த மரபு என்பதாலும், அய்யப்பன் கோயிலோடு தொடர்புடைய செட்டிக்குளக்கரைக் கோயிலில் சிரவண பாத வழிபாடு இருந்துவந்ததாலும், இன்றும் கேரளப் பழங்குடி மக்களிடையே சிரவணப் பண்டிகை அன்று சிரவண பாதம் வரையும் பழக்கம் இருப்பதாலும் சிரவணப் பண்டிகை பௌத்தப் பண்டிகையே என்று வலுவாகத் துணிந்து கூறலாம். மணிமேகலை காப்பியத்தில் பாத பீடிகை வணக்கம் இடம் பெற்றிருப்பதை இங்கு நினைவுபடுத்திக் கொள்ளலாம்.

பாதவழிபாடு இன்று வைணவ மரபிலேயும் இருப்பதை பார்க்கலாம். தமிழகத்தின் பெருமாள் கோயில்களில் பாத வழிபாடு உண்டு. எளிய மக்கள் பாதகுறடை வழிபடுவர். மதுரை அழகர் கோவிலில் நுழையும்போதே பாதமே அமைக்கப்பட்டிருக்கிறது. இவ்வாறு வைணவ மரபு பௌத்தத்திலிருந்து பலவற்றைத் தழுவியிருக்கிறது என்ற முறையில் பௌத்தத்தின் பாத வழிபாட்டையும் எடுத்துக்கொண்டிருக்கிறது.

5. சிரவண சுண்டல்:

சிரவண விரதத்திற்காகச் செய்யப்படும் சிரவண சுண்டல் செய்முறை, மற்ற வகை சுண்டல்கள் செய்யப்படும் முறையிலிருந்து மாறுபட்டதாக இருக்கிறது. கடலைப்பருப்பு, வெல்லம், நெய், ஏலக்காய் பொடி இவற்றைக் கொண்டு இனிப்புச் சுவையுடன் கூடியதாக இச்சுண்டல் செய்யப்படுகிறது. இந்தச் சிரவண சுண்டலைச் சிரவண விரத தினத்தில் சிரவண தீபம் ஏற்றிய பிறகு சிரவண விரதம் இருப்பவர்கள் சாப்பிட்டு விரதத்தை முடிக்கிறார்கள்.

தமிழகத்தில் திருநாகேஸ்வரத்தில் உள்ள ஒப்பிலியப்பன் கோவிலிலும், கடலூர் பகுதியில் திருவந்திபுரத்திலுள்ள தேவநாதன் பெருமாள் கோயிலிலும் சிரவண சுண்டல் இப்பொழுதும் மக்களுக்கு வழங்கப்பட்டு வருவதால், இக்கோயில்களுக்கும் பௌத்தத் தொடர்புண்டு என்பது நிரூபணமாகிறது. இனிப்பான சிரவண சுண்டல் போல சபரிமலையில் இனிப்புச் சுவையுள்ள அரவணப் பாயசமும், பழனியில் பஞ்சாமிருதமும், திருப்பதியில் இலட்டும் கொடுக்கப்பட்டுவரும் ஒப்புமையைக் கவனித்தால், இக்கோயில்களும் பௌத்த தொடர்பில் உருவானவை என்பதை அறியலாம்.

இந்த சிரவண விரதம் இருப்பவர்கள் சிராவகர்கள் என்று அழைக்கப்படுகிறார்கள். சிராவகன் என்ற சொல்லின் பொருள் பௌத்த, ஜைன இல்லத்தார் என்று அகராதி விளக்குகிறது. மேற்கண்ட தகவல்களை வைத்துப் பார்க்கும்போது சிரவணம் என்பது புத்தரைக் குறிக்கும் சொல் என்றும், சித்தாந்த சிரவணம் சொல்வது போல புத்த சங்கத்தாரை வணங்கும் தினமே சிரவணப் பண்டிகை என்றும் நாம் அறிகிறோம்.

திருநாகேஸ்வரம் ஒப்பிலியப்பன் கோவில், திருவந்திபுரம் தேவநாதன் கோவில் மற்றும் திருப்பதி மலையப்பர் கோவில் ஆகியவற்றில் இப்போதும் சிரவண விரதம், சிரவண சுண்டல், சிரவண தீபம் ஆகிய (பௌத்தப்) பண்பாட்டுப் பழக்க வழக்கங்களை மக்கள் சிரவணப் பண்டிகையின்போது கடைப்பிடித்து வருகிறார்கள் என்பது குறிப்பிடத்தக்கது.

இவ்வாறு சிரவணப் பண்டிகை சார்ந்த பழக்க வழக்கங்களும் சடங்குகளும் இப்பண்டிகை பௌத்தப் பண்டிகை என்பதை வெளிப்படுத்துவதோடு, இந்துக் கோயில்களாக மாற்றப்பட்ட பௌத்தக் கோயில்களை இனங்காணவும் துணைசெய்கிறது.

– 6 –

சிராவகர் சங்கம் (சிரவண சங்கம்)

சிரவண விரதம் இருப்பவர்களை சிராவகன்கள் என்று அழைக்கிறார்கள். சிராவகன் என்பதற்கு தர்மானந்த கோசம்பி தன்னுடைய பகவான் புத்தர் என்ற நூலில் சிராவகர் சங்கம் என்ற பகுதியில் பின்வருமாறு விளக்குகிறார்.

நிர்வாண மார்க்கத்தில் சிராவகர் நான்கு வகைப்படும். அவை, 1.ஸோதா பன்னன், 2.ஸகதாகாமி, 3.அநாகாமி, 4.அருகன்.

சிராவகர் என்றால் தருமத்தைக் கேட்பவன் என்றும் பௌத்தத் துறவிகளுக்குச் சிராவகர் என்ற பெயரும் உண்டு என்றும் தர்மானந்த கோசம்பி கூறுகிறார்.

1. ஸக்காய திட்டி - ஆன்மா வேறு பொருள், அது நித்யம் என்ற நோக்கம்.

2. விசிகிச்சை - புத்தம், தருமம், சங்கம் என்ற செய்திகளில் ஐயம் அல்லது அவநம்பிக்கை.

3. ஸீலப்பதபராமாஸம் - நீராடல் முதலிய விரதங்கள் மற்றும் உபவாசம் போன்றவைகளால் முக்தி கிடைக்கும் என்ற நம்பிக்கை.

மேலே குறிப்பிட்ட மூன்று பந்தங்களை அழித்தால், ஒரு சிராவகன் ஸோதா பன்னன் என்ற முதல்நிலையை அடைகிறான். அந்த வழியில் நிலைத்தால் பலஸ்தன் (ஸோதாபத்த பலட்டோ) என்று பெயர் பெறுகிறான். இதன் பிறகு,

1. காமவாசனை, 2. சினம்

- என்னும் இரண்டு பந்தங்களைத் தளர்த்தி அறியாமையைக் குறைத்தால், அவன் ஸகதாகாமி என்ற இரண்டாம் நிலையை அடைகிறான். அந்த வழியில் நிலைத்தால், அவனுக்கு ஸகதாகாமிபலட்டோ என்ற பெயர் அமைகிறது. இந்த ஐந்து பந்தங்களையும் முற்றும் நீக்கிய பிறகு, சிராவகர் அநாகாமி என்ற மூன்றாம் படிநிலை அடைகிறான். அந்த வழியில் நிலைத்தால், அவனை அநாகாமிபலட்டோ என்பர். இதன் பிறகு,

1. ரூபராகம் (பிரம்மலோகம் முதலியவற்றைப் பெரும் விருப்பம்)
2. அரூப ராகம் (உருவற்றை தேவருலகைப் பெரும் விருப்பம்)
3. மானம் (அகங்காரம்)
4. மனமயக்கம் (உத்தடச்சன்)
5. அறியாமை (அவிச்சை)

- என்னும் ஐந்து பந்தங்களையும் நீக்கினால், அவன் அருகன் (அரஹா) என்ற நான்காம் நிலையை அடைவான். அந்த வழியில் நிலைத்தால், அவனை அருகத்பலஸ்தன் (அரஹப்பலட்டோ) என்பர். இங்ஙனம் சிராவணர்கள் நான்கு அல்லது எட்டு வகையாகப் பிரிக்கப்பட்டுள்ளனர்.

இதன் மூலம் சிராவகர் என்பது சிரவணர்களையும் சிரவணர்கள் என்பது பௌத்தப் பிக்குகளையும் குறிக்கிறது என்பது நமக்குத் தெளிவாகிறது.

-7-

மக்கள் நினைவுகளில் மாவலிச் சக்கரவர்த்தி

திருநெல்வேலி வட்டாரப் பகுதியில் இன்றும் மாவலிச் சக்கரவர்த்தி நினைவாக கார்த்திகை மாதத்தில் கார்த்துல தீபத் திருநாளை மாவலி தானம் என்று மக்கள் கொண்டாடுகிறார்கள்.

கார்த்துல நாளன்று மாலைக் கருக்கலில் தலைமகன் இருக்கும் ஒவ்வொரு வீட்டிலும் பச்சரிசி மாவில் கொழுக்கட்டை செய்து, அதில் ஏழு கொழுக்கட்டைகளை முறத்தில் வைத்து, அவற்றின் மீது விளக்குத் திரியிட்டு எரிய விட்டு, வீட்டு வாசலில் நின்று,

"மாவலியானம்" "மாவலியானம்"

என்று கூவுவார்கள். அந்த வீட்டில் உள்ள குழந்தைகள் தவிர, மற்ற குழந்தைகள் எரியும் திரியை அப்புறப்படுத்திவிட்டுக் கொழுக்கட்டையை எடுத்துச் சாப்பிடுவார்கள். ஆனால், இப்போது அந்தப் பழக்கம் அரிதாகிவிட்டது.

இதே போன்று வட தமிழகத்தின் பல பகுதிகளிலும் கார்த்திகை மாதம் கார்த்துல தீப நாளில் மக்கள் கார்த்திகைப் (பனம் பூ) பூவைக் கொண்டு மாவலி சுற்றிக்கொண்டு, மாவலி பற்றிய பாடலைப் பாடிக்கொண்டே வருவதுண்டு.

"மாவலியோ மாவலி
மாவலிகார பொண்டாட்டி
மரக்கா புள்ள பெத்தாலாம்
இடுப்பு ஒடிஞ்சி செத்தாலாம்"

- என்ற இந்தப் பாடல் நமக்கு முழுமையாகக் கிடைக்காத சூழலில், பாடலை இரண்டுவிதமாக நாம் அணுக வேண்டியுள்ளது.

ஒன்று, பொதுவாக நாட்டுப்புறப் பாடலில் உள்ள கிண்டல் இந்தப் பாடலிலும் உள்ளது. அதன்படி, மாவலியைக் கேலிசெய்து பாடப்படும் பாடலாக இதைப் பார்க்கலாம். மேலும், இது பௌத்தப் பண்டிகையான கார்த்துல தீபத் திருநாளில் வருவதாலும் மாவலிச் சக்கரவர்த்தியை நினைவுப்படுத்தும் விதமாக அமைவதாலும் இந்தப் பாடலை நம் முடிவுக்குச் சாதகமாக அணுகலாம்.

மற்றொன்று சைவ, வைணவப் பிரிவுகள் வளரும் நிலையில் இருந்தபோது, பௌத்த, சமண மதச் சடங்குகளை முடிந்தளவுக்குத் தமதாக்கிக் கொண்டன. முடியாதவற்றுக்கு எதிர்க் கற்பிதத்தை உருவாக்கி, அந்தப் பண்பாட்டை மோசமானதாகவும் அது நடைமுறைக்கும், அறத்துக்கும் எதிரானதாகவும் கட்டமைத்தார்கள். அந்தக் கட்டமைப்பின் மாபெரும் வெற்றி நம்மைப் பின்னோக்கி அழைத்தது மட்டுமல்லாமல், நமக்கு எந்தப் பண்பாடும் இல்லை எனவும் காலப்போக்கில் நம்ப வைத்திருக்கிறார்கள்.

புத்த சங்கத்தின் கருத்துகளை ஏற்று, அதை மக்களிடம் கொண்டுசேர்த்தவர் தன்னளவில் எவ்வாறான ஒழுக்க நெறியை பின்பற்றியிருப்பார் என்பதை நாம் சிந்திக்கவேண்டும். ஆனால், அதற்கு மாறாக இந்தப் பாடலில் மாவலியின் மனைவி எண்ணற்ற பிள்ளைகளை பெற்றவள் என்றும் அதன் காரணமாகவே மாவலி மனைவி இறக்கிறாள் என்றும் கூறுவது மாவலியின் ஒழுக்க நெறியைக் கேள்விக்கு உட்படுத்துவது மட்டுமல்லாமல், புத்த சங்கத்தையே எதிர்நிலைக்கு தள்ளும் விதத்தில், மிகச் சாதுர்யமாக மாவலியை பற்றித் தவறான கருத்தை மக்கள் மத்தியில் உருவாக்கக் கூடியதாக இந்த பாடல் அமைந்திருக்கிறது. இப்படி இவர்களால் எதிர்மறையாக உருவாக்கப்பட்ட பண்பாட்டை ஆய்வு செய்தால், உள்ளார்ந்து இயங்கும் பௌத்த, சமணப் பண்பாடு நமக்குப் புரியவரும்.

இதேபோன்று கடலூர் மாவட்டம், வீரநாராயணன் ஏரியின் கீழக்கரை வட்டாரப் பகுதியில் கார்த்துல தீப நாளில் கார்த்திகை தீபத்தை சுற்றிக்கொண்டு வருவார்கள். வரிசையின் முன்னணியில் செல்பவர்,

"மாவலி வரான்.....
மாவலி வரான்....
மாவலி வரான்...."

என்று மூன்று முறை சொல்லிக்கொண்டே தெருவில் செல்வார். அவர் பின்னால் கார்த்திகைப் பூவைச் சுற்றிக்கொண்டே இளைஞர்கள் செல்வார்கள். பெரும்பாலும் இளைஞர்களால் இந்த நிகழ்வு நடத்தப்படும். ஆனால், முன்வரிசையில் சொல்லிச் செல்பவர் மட்டும் வயதான நபராக இருப்பார். மாவலியை அழைத்து வந்து வழிநடத்திவிட்டு, அனுப்பி வைப்பதாக அந்தப் பெரியவரைச் சொல்வார்கள். பெரியவர் ஏன் முன்னே செல்லவேண்டும்? அவர் வயதில் பெரியவர் மட்டுமல்ல, அது வழிகாட்டி என்ற பொருளிலும் இருந்திருக்கலாம். துறவிதான் வழிகாட்டுவார். அது புத்தத் துறவியாகக்கூட இருந்திருக்கலாம். அதன் தொடர்ச்சி பெரியவராக எஞ்சியிருக்கிறது. கார்த்திகைப் பூவைச் சுற்றுவதற்கு எருக்குக் குச்சிகளை மட்டுமே கீழக்கரை வட்டாரப் பகுதியில் பயன்படுத்துவர்.

கார்த்திகை மாதத்தில் கார்த்துல தீபம் (பௌர்ணமி) அன்று வரும் இந்த மாவலி பற்றிய பண்பாட்டு நிகழ்வை முற்காலத்தில் கார்த்திகை மாதத்தின் சிரவண தினத்தில் மாவலியானம் என மக்கள் கொண்டாடியிருக்கக்கூடும். அதற்குச் சான்றாக கார்த்திகை மாதத்தின் சிரவண நாளில் வீட்டில் சிரவண தீபம் ஏற்றும் பழக்கம் இன்றும் உள்ளது என்பதைக் கவனத்தில் கொள்ளலாம். அதேமாதத்தில் நடைபெறும் பௌத்தப் பண்டிகையான கார்த்துல தீப நாளில் மாவலியானம் காலப்போக்கில் சேர்த்து மக்களால் கொண்டாடப்படுகிறது என்று எண்ண தோன்றுகிறது.

மேற்கூறப்பட்ட மூன்று பகுதிகளும் தமிழகத்தின் வெவ்வேறு பகுதிகள் என்பது கவனிக்க வேண்டிய ஓர் அம்சம். மொத்தத்தில், வட்டார அளவில் மக்கள் இன்றளவும் ஏதோ ஒருவகையில் மாவலியை நினைவுபடுத்திக் கொண்டாடி வருகிறார்கள் என்பது மக்களிடம் மாவலி ஏற்படுத்தியிருக்கும் தாக்கத்தையும் பௌத்தத்தின் இறவா செல்வாக்கையும் நாம் புரிந்துகொள்ளப் பயன்படுகிறது.

-8-

மாவலிச் சக்கரவர்த்தியைப் பற்றிய கேரளாவின் நாட்டுப்புறக் கதையும், அம்மன்னனைப் பற்றிய வைணவக் கதையாடலும் வேறுபட்டே காணப்படுகின்றன.

விஷ்ணு வாமன அவதாரம் எடுத்து மாவலி சக்கரவர்த்தியைக் கொன்ற நாளே ஓணம் பண்டிகையாகக் கொண்டாடப்படுகிறது என்று வைணவக் கதை கூறுகிறது.

ஆனால், இது மட்டுமே கதை அல்ல. கேரளாவில் மாவலி பற்றி எண்ணற்ற கதைகளும் கருத்துக்களும் உள்ளன. மாவலி என்பது பெயர் இல்லை அது ஒரு பட்டம் என்றும் பானப் பெருமாள் என்பவருக்கு உரிய பெயர்தான் அது என்றும் கூறப்படுகின்றது. ஓணம் பண்டிகையைப் பற்றிய நாட்டுப்புறக் கதை புழக்கத்திலுள்ள வைணவக் கதையாடலுக்கு முரணாக உள்ளது. நாட்டுப்புற கதைப்படி, ஓணம் பண்டிகையை உருவாக்கியவர் பானப் பெருமாள். மாவலிச் சக்கரவர்த்தி புத்த சங்கத்தில் சேர்ந்து தம்மக் கருத்தைப் பரப்பி வந்தார். ஒவ்வொரு ஓணம் பண்டிகையின்போதும் மக்களைச் சந்திப்பதை வழக்கமாகக் கொண்டிருந்தார். அப்படி ஒருமுறை ஓணம் பண்டிகையில் மக்களைச் சந்திக்கும் போது பார்ப்பனர்களால் கொல்லப்பட்டார் என்று இக்கதை கூறுகிறது. கேரளாவில் மாவலிகர என்பது அவர் ஆட்சிக்கு உட்பட்ட இடம் என்றும் கூறப்படுகிறது. இன்றும் மாவலிகர (புத்தா ஸ்டேஷன்) என்ற பகுதியில் புத்தர் சிலை உள்ளது. கேரளாவில் வழங்கப்படும் இந்த

நாட்டுப்புறக் கதை மாவலிச் சக்கரவர்த்தியைப் பௌத்த அரசனாகக் காட்டுகிறது.

தமிழகத்திலும் மாவலிக் கதைகள் உள்ளன. "ஆயிரத்து இருநூறு வருடங்களுக்கு முன் தற்காலம் மாபலிபுரம் என வழங்கும் பகுதியில் வீற்றிருந்து தென் பரதகண்டம் முழுவதும் ஏகச்சக்கராதிபதியாக ஆண்டு வந்த மாபலிச் சக்கரவர்த்தி என்பவர் பௌத்த வழிப்படி அரசாண்டு வந்தார். அவருக்கு திருப்பாணர் என்ற மகனும் அலர்மேலுமங்கை எனும் மகளும் இருந்தனர். திருப்பாணர் அரசனாகவும் பெண்பிள்ளை அலர்மேலுமங்கை பௌத்த பிக்குணியாகவும் ஆயினர். மாபலிச் சக்கரவர்த்தி புரட்டாசி மாத அமாவாசியில் நிருவாண திசை அடைந்தபடியால், தென்பரதத்தில் உள்ள சகல மக்களுக்கும் அவர் முதன்மையானவர். மேலும், அவர் நிருவாண திசை அடைந்த புரட்டாசி மாதம் அமாவாசியில் சகலரும் ஏழைகளுக்குத் தானம் செய்து தாங்களும் பௌத்தத்தைப் பரவச் செய்து வந்தார்கள்" எனக் கூறுகிறார் அயோத்திதாசர். இதற்குச் சான்றாக அலர்மேலுமங்கை அற்புதத் திரட்டு, மணிமேகலை, சீவக சிந்தாமணி, சூளாமணி உள்ளிட்ட நூல்களிருந்து ஆதாரங்களைக் காட்டுகிறார், பண்டிதர்.

மணிமேகலை காப்பியத்தின் வரிகள்

"நெடியோன்குன்ற வாரசாரண
ரடியார் தானவ ரமரர்களுலகக்
காவல் கொண்டக் கற்பக சீலன்
மாவலி பெருமான் சீர்புகழ் திருமகள்
சிதாதகை யென்னுந் திருத்தகு தேவி
போதவிழ் பூம்பொழில் புகுந்தனள் புக்கி"

அலர்மேலுமங்கை அற்புதத்திரட்டு வரிகள்

"மாவலிகடைநாட் கன்னியமாம்
வரவையேற்றதன்மின் வாயல்தோற்றுமின்
பூவலிசிகரம்பற்றி தீர்த்தம்
பாயலேற்றுமின் பூவைபாற்றுமின்
காவில்புத்தூர் காவன் முன்னோன்
காலன்தூற்றுமின் கருணையேற்றுமின்
சேவடி நீழற் சேரற்றானந்
தேரவாற்றுமின் தேவர்போற்றுமின்".

இப்படியாக இரு நிலப்பரப்பில் வெவ்வேறான கதைகள் மாவலி பற்றி இருந்தும் அவற்றுள் ஒற்றுமைகளே அதிகம் உள்ளன. ஒன்று மாவலி கற்பனைப் பாத்திரம் அல்ல, மேலும், மாவலி புத்த சங்கத்தைச் சேர்ந்து பௌத்தத்தைப் பரப்பியவர். அதற்குச் சான்றாக கேரளாவின் மாவலிகர மற்றும் தமிழகத்தின் மகாபலிபுரம் (மாபலிபுரம்) பகுதியில் பௌத்தம் சார்ந்த சான்றுகள் கிடைத்துள்ளன. குறிப்பாக, புத்தர் சிலைகள். இதன் மூலம் மாவலிச் சக்கரவர்த்தி புத்த சங்கத்தைச் சார்ந்து பௌத்த கருத்துகளோடு தொடர்புடையவர் என்று நாம் விளங்கிக்கொள்ளலாம்.

கேரளாவில் பண்பாட்டுத் தளத்தில் சிரவணப் பண்டிகையாக (ஓணம் பண்டிகை) மாவலிச் சக்கரவர்த்தி பரிநிர்வாணம் அடைந்த நாளைக் கொண்டாடுகிறார்கள். அதேபோன்று, ஓணம் பண்டிகை நாளன்று தமிழகத்திலும் சிரவண விரதம் இருந்து சிரவண தீபம் ஏற்றி சிரவண சுண்டல் சாப்பிட்டு வணங்குகிறார்கள். இவையும் இறந்தாரை நினைவுகூறும் சடங்குகளே. அதாவது, மாவலியின் பரிநிர்வாண நாள் என்பது கேரள மக்களின் நம்பிக்கையோடு ஒத்துப்போகிறது. அதற்கான சான்றுதான் சிரவணம் என்ற சொல். இந்தச் சொல்லுக்குப் புத்த சங்கத்தாரை வணங்கி, அன்றைய தினம் தானம் செய்வது என்று நாம் ஏற்கனவே பார்த்துள்ளோம். அதனால், சிரவணப் பண்டிகை என்பது பௌத்த பண்டியே என்று நாம் கூறலாம்.

இதில் நமக்கு ஒரே ஒரு முரண்பாடு மட்டுமே உள்ளது. கேரளாவில் மாவலி இறந்தது ஆவணி மாதத்தில். ஆனால், தமிழகத்தில் புரட்டாசி மாதத்தில் என்று பண்டிதர் கூறுகிறார். அதற்கு சான்றாக புரட்டாசி மாதத்தில் வரும் அமாவாசிக்கு மாவலி அமாவாசி என்றும் இந்த தினமே மாவலி பரிநிர்வாணம் அடைந்த நாள் என்றும் கூறுகிறார். இங்கு நாம் கவனத்தில் கொள்ளவேண்டியது ஓணம் பண்டிகைக்கும் மாவலி அமாவாசைக்கும் இடையேயுள்ள நாட்கணக்கு வேறுபாடு மட்டுமே. இந்த வேறுபாட்டைப் புரிந்துகொண்டால், இதில் முழுச்சித்திரம் தெரிந்துவிடும்.

-9-

மாவலி அமாவாசியின் வெவ்வேறு பெயர்களாவன:

மாலை அமாவாசை, மகாளய அமாவாசை, மகாளய பட்சம், மாளிய அமாவாசை. ஆனால், மக்கள் வழக்கில் நடுவீடு நாள், நடுவீடுவாசிகள் நாள், சிரார்த்தம் என்று அழைக்கிறார்கள்.

மாவலி அமாவாசிக்கு இந்து மதம் சொல்லும் காரணங்களும், விரதம் மேற்கொள்ளும் நடைமுறையும்

மகாளய பட்சம் அல்லது மகாளய அமாவாசி என்பது புரட்டாசி மாதம் பவுர்ணமிக்கு மறுநாள், பிரதமை திதியில் துவங்கி, புரட்டாசி மாதம் அமாவாசி வரை நீடிக்கும். புரட்டாசியில் வரும் அமாவாசியே மகாளய அமாவாசி எனப்படும்.

பட்சம் (சமஸ்கிருத சொல்) என்பது பதினைந்து நாட்களைக் குறிக்கிறது. மறைந்த நம் முன்னோர் பித்ரு லோகத்திலிருந்து இந்தப் பதினைந்து நாட்கள் நம்மோடு தங்கும் காலமே மகாளய பட்சம் ஆகும். இது பதினாறு சந்திர நாட்களைக் கொண்டது. பித்ரு வழிபாடு, இல்லற வாழ்க்கைக்கு பித்ருக்களின் ஆசியும், ஆசீர்வாதங்களும் கிடைக்கப்பெற்றுச் சிறப்பளிக்கின்றன என்பதனால் நம் முன்னோரால் பின்பற்றப்பட்டு வந்துள்ளமை குறிப்பிடத் தக்கது.

தை அமாவாசை, ஆடி அமாவாசை ஆகியவற்றைவிடத் திதி கொடுப்பதற்கு மிகவும் சிறந்தது மகாளய அமாவாசி எனக் கருதப்படுகிறது. வருடத்தில் மற்ற மாதங்களில் வரும் அமாவாசியன்று முன்னோரை நினைத்து வழிபாடு செய்வோம். ஆனால், மகாளய பட்ச காலத்தில் பிரதமை துவங்கி அமாவாசி வரை உள்ள காலத்தில் தர்ப்பணம் செய்ய வேண்டும். அனைத்து முன்னோர்களையும் அப்போது நினைவு கூற வேண்டும். புனித நீர் நிலைகளுக்குச் (கடலுக்கு) சென்று புனித நீராடி, நம் முன்னோர் ஆத்மசாந்திக்காகப் பிரார்த்தித்துத் தர்ப்பணம் செய்வது நல்லது என்று நம்பி பின்பற்றுகின்றனர்.

"வாழ்வில் வரும் இன்பதுன்பங்கள் யாவும் நாம் நமது முற்பிறப்பில் செய்த பாவ புண்ணியத்துக்கு ஏற்ப அமையப்பெறுகிறது. அதிலே பிதுர் காரியமும் ஒன்றாகும். அதனை நாம் சிரமமாகப் பார்க்காமல் சிரத்தையுடன் செய்ய வேண்டும். அது தவறின் பிதுர்களின் கோபத்துக்கு ஆளாவோம்" என ஜோதிட சாஸ்திரம் கூறுகின்றது.

இந்தப் பதினைந்து திதி நாட்களில் நம் மூதாதையர் இவ்வுலகை நீத்த நாளில் அவர்களுக்காகத் தர்ப்பணம் என்ற நீத்தார் கடனை நிறைவேற்றி, மானசீகமாக அவர்களைத் தம் இல்லத்திற்கு வரவழைத்து, சாதம் இட்டு, அவர்கள் உயிரோடு இருக்கும்போது அவரைப் பராமரித்த பாவனையில் நடந்துகொள்வது இந்தச் சம்பிரதாயத்தின் நோக்கமாக உள்ளது.

பட்சம் நாட்களில் கடைபிடிக்கும் நடைமுறைகள்

1. **தினமும் குளித்துச் சுத்தமாக இருக்க வேண்டும்.**
2. **தாம்பத்யம் வைத்துக்கொள்ளக் கூடாது.**
3. **சைவ உணவை மட்டும் சாப்பிட வேண்டும்.**
4. **உணவில் பூண்டு, வெங்காயம் சேர்ப்பதைத் தவிர்க்க வேண்டும்.**
5. **இந்தக் காலத்தில் நம் முன்னோர்கள் நம்முடன் வசிப்பதால், கேளிக்கை நிகழ்வுகளைத் தவிர்க்க வேண்டும்.**
6. **நம் முன்னோர்களை வழிபட்ட பின்னரே பூஜைகளைச் செய்ய வேண்டும்.**
7. **தர்ப்பணம் செய்பவர்கள், தினமும் தர்ப்பணம் செய்த பின்னர் வீட்டில் பூஜை செய்ய விளக்கேற்றி வழிபட்டு அன்றாடப் பணிகளைத் தொடங்க வேண்டும்.**

திதிகள் மற்றும் பட்ச நாட்கள்

1. பிரதமை 2. துவிதியை 3. திரிதியை
4. சதுர்த்தி 5. பஞ்சமி 6. சஷ்டி
7. சப்தமி 8. அஷ்டமி 9. நவமி
10. தசமி 11. ஏகாதசி 12. துவாதசி
13. திரயோதசி 14. சதுற்தசி
15. பௌர்ணமி (அ) அமாவாசை

இந்தப் பதினைந்து திதிகளில் முக்கியமான திதிகளாக இரண்டைக் குறிக்கிறார்கள்.

1.துவாதசி (புத்த துவாதசி) - தம் வீடுகளிலிருந்து துறவு சென்றவர்களுக்குத் தர்ப்பணம் மற்றும் திதி தருவார்கள்.

2.சதுற்தசி - போதாயன அமாவாசை என்பது சதுற்தசியின் மாற்றுப் பெயர். இந்த போதாயன அமாவாசை நாளில், போதாயன வம்சத்தைச் சேர்ந்தவர்கள் மட்டும் திதி கொடுக்கலாம் என ஜோதிட சாஸ்திரத்தில் கூறப்பட்டிருப்பது ஆய்வுக்குரியதாகும். இவை அனைத்தும் இந்து மதம் மாவலி அமாவாசிக்குச் சொல்லுகிற நம்பிக்கைகள் மற்றும் காரணங்கள். திதி நாட்களிலே அமாவாசி நாள் என்று அழைப்பது இந்த நாளை மட்டுமே.

ஆனால், மாவலி அமாவாசியை மக்கள் வழக்கில் வேறு பெயர்களில் அழைக்கிறார்கள். நடுவீடு நாள், நடுவீடுவாசிகள் நாள், சிரார்த்தம் அல்லது சிரார்த்த நாள் என மக்களால் அழைக்கப்படும் இதனை நாம் வேறு கோணத்தில் பார்க்க வேண்டிய தேவை உள்ளது. அதற்கு நாம் இறப்புச் சடங்கிலிருந்து தொடங்கவேண்டும்.

வீட்டில் பல அறைகள் இருந்தாலும், வீட்டின் ஒரு பகுதியை நடுவீடு என்று அழைப்பார்கள். நடுவீடு என்பதை வீட்டின் நடுப் பகுதி என்று நாம் கருதிவிடக் கூடாது, ஏனெனில், அந்தப் பகுதி வீட்டில் எந்த இடத்தில் வேண்டுமானாலும் இருக்கலாம் வீட்டின் கடைசிப் பகுதியாகக்கூட இருக்கலாம், அதன் சிறப்பு என்னவென்றால், நடுவீடு என்று சொல்லும் பகுதியில் இறந்தவர்களின் புகைப்படம் மற்றும் அவர்கள் பயன்படுத்திய பொருட்கள் இருக்கும். உதாரணமாக, ஆடைகள், கைத்தடி, மூக்குக் கண்ணாடி ஆகியவை மட்டுமின்றி, இறந்தவரின் பாதத்தைப் படி எடுத்தும் வைத்திருப்பார்கள்.

நடுவீடு என்பது நேரடியாக இறந்தவர்களுடன் தொடர்புடையது. நடுவீட்டை அமாவாசி தினங்களில் சுத்தம் செய்து விரதம் இருந்து சைவச் சமையலுடன் வடை, பாயசமும் வைத்துப் படைப்பார்கள். அன்றைய தினம் நடுவீடு முக்கியத்துவம் பெறும். இந்த நிகழ்வை முன்னோர் வழிபாடு அல்லது நீத்தார் வழிபாடு என்று கூறலாம். இந்தச் சடங்கு முறை நம் பண்பாட்டின் பழைய மரபு என்று துணிந்து கூறலாம். இதன் தொடர்ச்சியே நடுகல் முறை என்று நாம் புரிந்து கொள்ளலாம். இதன்படி, நடுவீடு நாள், நடுவீடுவாசிகள் நாள் என்பது முன்னோர்களை வழிபடும் குறிப்பிட்ட தினமே என்பது தெளிவு.

நடுவீட்டுடன் தொடர்புபடுத்திப் பல நிகழ்வுகள் நடக்கின்றன. அவற்றுள் ஒன்றும் முக்கியமானதுமான பாதத்தைப் பாதுகாப்பதாகும். இன்றும் பாதத்தைப் பாதுகாக்கும் மரபு நம்மிடம் தொடர்கிறது. சில நாட்களுக்கு முன்பு என் நண்பரின் உறவினர் இறப்புக்கு சென்றிருந்தேன். இறந்த பெரியவருக்கு இறப்பு சடங்கு செய்தவர் ஈரக் களிமண்ணைப் (பொதுவாகச் சாணியைப் பயன்படுத்துவது வழக்கம்) பலகையில் தட்டையாக்கி இறந்தவரின் பாதத்தில் ஒட்டி எடுத்தார். அந்தப் பலகையை வீட்டின் மூத்தவர் மிகுந்த மரியாதையாக பெற்றுக்கொண்டார். நான் அருகில் இருந்த நபரிடம் விவரம் கேட்டேன். இந்தச் சாங்கியம் ஊரில் பெரியவர்களுக்குச் செய்யக்கூடிய நடைமுறை என்று கூறினார். காட்டுமன்னார்குடிக்கு அருகிலுள்ள கண்டமங்கலத்தில், என் நண்பரின் தந்தை இறந்த நிகழ்விலும் இச்சாங்கியத்தைப் பார்த்தேன்.

படியெடுத்த பாதத்தை நடுவீட்டில் வைத்துப் பாதுகாத்து வருவார்கள். ஒவ்வொரு அமாவாசி அன்றும் வணங்குவார்கள். இதில் இரண்டு வகையான நடைமுறையைப் பின்பற்றுவார்கள். ஒன்று, இறந்தவரின் குடும்பத்தில் குழந்தை பிறக்கும் வரைப் பாதுகாத்து வைத்து, அதன் பின் வருகின்ற நடுவீடு வாசிகள் நாளில், அதாவது மாவலி அமாவசி நாளில் தர்ப்பணம் மற்றும் சிரார்த்தம் கொடுத்த பிறகு பாதத்தை ஆற்றிலோ அல்லது கடலிலோ கரைத்துவிடுவார்கள். மற்றொன்று, இறந்ததும் அடுத்து வருகின்ற நடுவீடு வாசிகள் நாளில் தர்ப்பணம் மற்றும் சிரார்த்தம் கொடுத்த பிறகு பாதத்தை ஆற்றிலோ அல்லது கடலிலோ கரைத்துவிடுவார்கள். இந்தச் சடங்கைப் பட்ச நாட்களுக்கான விரதத்தைக் கடைப்பிடித்து, நடுவீட்டில் வைத்து படைத்த பிறகே அப்பாதத்தை எடுத்துச் செல்வார்கள் என்பது குறிப்பிடத்தக்கது. இந்த நடுவீடுவாசிகள் நாளே மாவலி அமாவாசி.

பாதத்தைப் பாதுகாக்கும் மரபு இறப்புச் சடங்கின் முக்கியமானதோர் அங்கம். இலக்கியங்களிலும் பாதத்தை வணங்குவது பற்றிய குறிப்புகள் இடம் பெற்றுள்ளன. பௌத்த இலக்கியமான மணிமேகலை காப்பியத்தில் பாத பீடிகை வணக்கம் இடம்பெற்றுள்ளதை ஏற்கனவே குறிப்பிட்டுள்ளோம். பாதத்தை வணங்கும் மரபு பௌத்தப் பண்பாட்டு எச்சம் ஆகும். நடுவீடுவாசிகள் நாள் அல்லது மாவலி அமாவாசி நாளில் இறந்தவர்களை வணங்கும் மரபு உண்டு என்பது இதன் மூலம் தெளிவாகிறது.

தர்ப்பணம் என்பது அமாவாசி நாளில் கருப்பு எள்ளும் தண்ணீரும் கலந்து படைப்பதாகும். சிரார்த்தம் என்பது முன்னோர்களை வழிபடல், முதியோரை மதித்தல், தன் பிறவிக்கும், வம்சத்திற்கும் முதன்மையானவர்களைப் போற்றுதலாகும். மேலும், சிரார்த்தம் என்பது வருடத்துக்கு ஒருமுறை முன்னோர்களுக்குத் தர்ப்பணம் மற்றும் தானம் கொடுப்பது.

சிரார்த்தம் என்பதை sraddha என்று ஆங்கிலத்தில் குறிப்பிடுகிறார்கள். இதனைப் பாலி மொழியில் saddha என்றும் சமஸ்கிருத மொழியில் sraddha என்றும் எழுதுகிறார்கள். இதற்குப் பௌத்தத்தில் சிரத்தையோடு செய்து பின்பற்றுவது என்று கூறுகிறார்கள். Sraddha என்பதற்கு புத்தர் கற்பித்ததைக் கற்றுப் பின்பற்றுபவர்கள் என்று பொருள். எடுத்துக்காட்டாக, ஆனந்தர் கௌதம புத்தரைப் பின்பற்றியது போன்றது. சிரார்த்தம் என்பதை ஒன்றைக் கற்றுக்கொண்டு பின்பற்றுவது என்றும் வாசிக்கலாம். சிரார்த்தம் என்பதற்குப் புத்த நிலையை அடைவதற்கு முன்பு பிக்கு கடைப்பிடிக்கும் படிநிலை என்றும் கருதலாம். ஏனெனில், சிரார்த்தம் என்பது திரிபிடகத்தின் அடிப்படையில் அமைந்துள்ளது.

சிரார்த்தம் என்ற சொல் மாவலி அமாவாசி தினத்துக்குச் சொல்லப்படும் வேறு பெயர் என்று நாம் அறிவோம். சிரார்த்தம் என்பதை நாம் இப்படியும் புரிந்துகொள்ளலாம். அதாவது, புத்தர் கற்பித்ததைப் பின்பற்றி இறந்தவர்கள். அப்படி இறந்தவர்கள் சிரவண சங்கத்தினராகவும் மற்றும் சிராவகன்களாகவும் இருக்கலாம். ஆக, சிரார்த்தம் என்பது புத்தரின் கருத்துக்களைப் பின்பற்றி இறந்தவர்களை வழிபடும் சடங்கு முறையே. இதுவே மாவலி அமாவாசி அல்லது நடுவீடுவாசிகள் நாள் ஆகும். இறந்தவர்களை வணங்கும் மரபு

பௌத்தத்தின் பண்பாடு என்பதையொட்டி இதனைப் பார்த்தால், நமக்கு இது பௌத்தப் பண்பாட்டு நிகழ்வு என்பது புரியும்.

> தென்புலத்தார் தெய்வம் விருந்தொக்கல் தானென்றாங்கு
> ஐம்புலத்தாறு ஓம்பல் தலை.

என்பது திரிக்குறள்.

பொருள்

வாழ்ந்து மறைந்தோரை நினைவுகூர்தல், வாழ்வாங்கு வாழ்வோரைப் போற்றுதல், விருந்தோம்பல், சுற்றம் பேணல் ஆகிய கடமைகளை நிறைவேற்றத் தன்னை நிலைப்படுத்திக் கொள்ளல் எனப்படும் ஐவகை அறநெறிகளும் இல்வாழ்வுக்குரியனவாம்.

இல்வாழ்க்கையில் இருப்பவர்கள் முன்னோர்களை நினைவுகூர்வது தங்களின் கடமை என்று வள்ளுவர் கூறுகிறார். குறள் பௌத்த (சமண) நூல் என்றால், அதில் கூறும் கருத்துகள் மற்றும் பண்பாடும் பௌத்த (சமண) மதத்தைச் சார்ந்ததே. வள்ளுவர் நீத்தார் பெருமை பற்றி ஒரு அதிகாரமே இயற்றியுள்ளார். நீத்தார் பெருமைக்கு அடுத்துள்ள வரிசையிலேயே இந்தக் குறளுள்ள இல்வாழ்க்கை என்ற அதிகாரம் வருகிறது. மேலும், இல்வாழ்க்கையில் இருப்பவர்கள் நீத்தாரை நினைவுகொள்ளும் விதமாக வணங்குவது இல்வாழ்க்கையின் இலக்கணம் என்கிறார். இறந்தவர்களை வணங்கும் மரபு சைவ, வைணவப் பிரிவில் கிடையாது. நீத்தார்களின் நினைவைப் போற்றும் மரபு பௌத்த (சமண) மரபில் மட்டுமே உண்டு. ஆகவே, மாவலி அமாவாசை என்பது புத்த சங்கத்தைச் சேர்ந்த இறந்த முன்னோர்களைச் சிராவகர்கள் வணங்கிப் பின்பற்றும் நாளாகும். மாவலி அமாவாசை, நடுவீடுவாசிகள் நாள் இரண்டும் ஒன்றே என்பதும் இந்த தினங்களில் நீத்தார்களை நினைவு கூறும் சாங்கியம் நடைபெறும் என்பதும் இந்தச் சாங்கியம் பௌத்தப் (சமண) பண்பாட்டின் எச்சம் என்றும் நாம் புரிந்துகொள்ளலாம்.

இப்பகுதியில் மாவலி அமாவாசியின் வேறு பெயர்கள் குறித்த விளக்கம் பற்றிப் பார்த்தோம் அடுத்து, மாவலி அமாவாசியில் நடைபெறும் சாங்கியங்களை பற்றிப் பார்ப்போம்.

-10-

மாவலி அமாவாசிக்குச் செல்பவர்கள் பட்சம் என்னும் பதினாறு சந்திர நாட்களுக்கு விரதம் கடைப்பிடித்து, கடைசி திதி தினமான மாவலி அமாவாசி தினத்தில் தர்ப்பணம் மற்றும் சிரார்த்தம் தர வேண்டுமென்று நம்புகிறார்கள். சிரார்த்தம் கொடுப்பவர்கள் இந்த நாட்களில் நடுவீட்டில் உறங்குவதை வழக்கமாகக் கொள்வர். பொதுவாக இறந்தவர் வீடுகளிலும் கரும காரியத்துக்கு இப்படியான நடைமுறையையே கடைப்பிடிப்பார்கள். இதன்படி, இறப்பு வீடுகளில் இறப்பு மற்றும் அதனைத் தொடர்ந்து அமையும் பதினாறு நாட்கள் வரை நடக்கும் சாங்கியங்கள் என்னவாக இருக்கின்றன என்பதை இனிப் பார்க்கலாம்.

சிதம்பரம் அருகிலுள்ள கிராமங்களான கீழமணக்குடி, கோவிலாம்பூண்டி, பெருங்காலூர், கூடுவெளி ஆகிய கிராமங்களில் வசிக்கும் வள்ளுவர்களின் இறப்பு தொடர்பான சடங்குகளைப் பார்க்கும்போது, இறந்தவர்களைப் புதைக்கும் நடைமுறையும் அதையொட்டிய சடங்குகளும் தொல்மரபின் தொடர்ச்சியாக இருக்கின்றன என்று எண்ணத் தோன்றுகிறது.

பொதுவாக இறப்பு தொடர்பான சடங்குகள் மற்றும் நம்பிக்கைகளே அதிகமாக உள்ளன. அது பௌத்தத்துடன் நேரடியாகவும் தொடர்புடையதாக இருப்பது குறிப்பிடத்தக்கது. இதையொத்த சடங்குகள் பெரும்பாலும் நகரங்களோடு நேரடித் தொடர்பில் இல்லாத கிராமங்களில் இன்னமும் நிலைத்து இருக்கின்றன. அவையே நமக்கான அடையாளங்களாக எஞ்சி நிற்கின்றன. இன்றும் பல கிராமங்களில் இறப்பின்போது இத்தகைய மரபுகள் பின்பற்றப்படுகின்றன.

சிதம்பரம் அருகில் உள்ள கோவிலாம்பூண்டி மற்றும் கீழமணக்குடி, பெருங்காலூர் (கூடுவெளி தவிர) ஆகிய ஊர்களில் இறந்தவுடன் வாக்கரிசி கொடுத்து, வழிகூட்டி வைத்தவுடன் இறந்தவர்களைக் குளிப்பாட்டிக் குந்த வைத்துச் (பதுமாசனம்) சுவற்றில் சாய்த்துப் பின்பக்கமாகக் கழி வைத்துக் கட்டிவிடுவார்கள். கை இரண்டும் தொடைகளின் மீது தியான முத்திரையில் இருக்கும். இம்முத்திரையைச் "சிந்தனைக் கை" என்ற வேறு பெயரிலும் அழைப்பார்கள். இறந்தவரின் இரு கரங்களும் மடி மீதும், உள்ளங்கை வானோக்கியவாறும், வாயில் வாய்க்கட்டும் இருக்கும். பாடையில் எடுத்துச் செல்லும்போதும் அமர்ந்த நிலையிலேயே வைப்பர். புதைக்கும் குழி முன்பெல்லாம் வட்ட வடிவில் இருந்ததாகவும், தற்போது அந்த நடைமுறை ஒரு சில இடங்களில் மட்டுமே இருக்கிறது என்றும் கூறுகிறார்கள். இந்த மரபு பெரும்பாலும் வள்ளுவர்களிடமும், ஒரு சில இடங்களில் செட்டியார்களிடமும் இன்றளவும் உள்ளது. (மற்ற பகுதிகளில் இவை வேறாக இருக்கலாம். மற்றபடி மேற்கண்டவை என் ஆய்வுக்குட்பட்ட இடங்களில் மட்டுமே.)

புத்தர் சிலை பற்றிய நினைவுகள் வரும்போது ஓர் அம்சத்தை நம்மால் தவிர்க்க முடியாது. புத்தரின் பதுமாசான நிலையே அது. பதுமாசான நிலையில் புத்தர் எப்படி இருக்கிறாரோ, அது போன்றே இறந்தவரை உட்கார வைக்கிறார்கள். இன்றளவும் கிராமங்களில் இறந்தவர்களைக் குந்த வைப்பதற்கு, "புத்த நிலையில் குந்த வையுங்கள்" என்றே பெரியவர்கள் கூறுகிறார்கள். இதனையே தியான முத்திரை மற்றும் சமாதி முத்திரை என்று பௌத்தம் கூறுகிறது. இந்தச் சடங்கு சமாதி முத்திரையுடன் நெருங்கிய தொடர்பிலும் உள்ளது. இதன் மூலம் இறந்தவர்களைப் புதைக்கும் முறையுடன் பௌத்தம் நெருங்கிய தொடர்புடன் இருக்கிறது என்பது நமக்குப் புரிகிறது. ஒரு காலத்தில் வள்ளுவர்கள் பௌத்தப் போதகர்களாக இருந்திருக்கலாம் என்ற எண்ணத்தை இது வலுப்படுத்துகிறது.

இந்தக் கரும காரிய சடங்குகள் பற்றிய யோசனை நம்மை வேறு ஒரு பரிணாமத்துக்கும் கொண்டு செல்கிறது. வள்ளுவர் (பண்டாரம்) கருமாதித் துறைக்கு வந்ததும், செங்காமட்டையை எடுத்து இறந்தவர் மோட்சம் செல்வதற்குச் சதுர வடிவில் நான்கு வாசல்களைக் கொண்ட ஒரு படம் வரைவார். அந்தப் படத்திற்குக் கிராமத்தில் கோட்டம் வரைவது என்பார்கள். கோட்டம் வரைந்ததும் இறந்தவரின் மகன்கள் மற்றும் உறவினர்கள் முன்னிலையில் சடங்கு தொடர்ந்து நடக்கும்.

ஆனால், சிறு வயதில் இருந்தே எனக்கு இந்தச் சந்தேகம் இருந்து வந்தது. படிக்கும்போது எனது கணித ஆசிரியர் கோட்டம் வரை என்பார். நாங்கள் வரைவோம். அது வட்ட வடிவமாக இருக்கும். ஆனால், இங்கு இருக்கும் கோட்டம் சதுர வடிவிலும், அதுள்ளே சிறு அரைவட்டம் உள்ளதே எனச் சிறுவயதில் எழுந்த சந்தேகம் தற்போது என்னை இந்தத் தேடலை நோக்கி உந்தியது.

கோட்டம் என்ற சொல்லை முக்கியமான சொல்லாக நான் பார்க்கிறேன். கோட்டம் என்ற சொல்லுக்குக் கோவில் என்ற பொருளும் இருக்கிறது. அதை இலக்கியச் சான்றுகளும் உறுதிப்படுத்துகின்றன.

சிலப்பதிகாரம் கனாத்திறம் உரைத்த காதையில்

> **“அமரர்தருக்கோட்டம் - கற்பகமரம் இருக்கும் கோயில்**
> **வெள்ளானைக் கோட்டம் - ஐராவதம் இருக்கும் கோயில்**
> **புகர்வெள்ளை நாகர்தம் கோட்டம் - பலதேவன் கோயில்**
> **உச்சிக்கிழான் கோட்டம் - சூரியனார் கோயில்**
> **வேல் கோட்டம் - முருகன் கோயில்”**

என்று பல்வேறு தெய்வங்கள் எழுந்தருளியிருக்கும் கோயில்களைக் கோட்டம் என்ற சொல்லாலேயே குறிப்பிடுகிறது.

கோவில் கருவறைக்குக் கோட்டம் என்ற சொல்லைக் கையாள்வது இன்றும் வழக்கில் உள்ளது. காஞ்சி காமாட்சி அமர்ந்துள்ள இடம் “காமக்கோட்டம்” என்றே அழைக்கப்படுகிறது. காமக்கோட்டம் என்றால், விரும்பியவற்றையெல்லாம் தருவது என்று தற்காலத்தில் பொருள் கூறுகிறார்கள். எந்த வரம் கேட்டாலும் காமாட்சி தருவாள் என்ற பொருளில் வேண்டுதல் நடக்கிறது என்கிறார்கள்.

பூம்புகாரிலுள்ள தர்மகுலம் பகுதியினை அடுத்துள்ள முதுகாட்டினைச் “சுடுகாட்டுக் கோட்டம்” (தற்போது சாயாவனம்) என்று சைவ, வைணவ மதத்தோரால் கூறப்பட்டதும், “சக்கரவாளக் கோட்டம்” என்று பௌத்தர்களால் போற்றப்பட்டதுமான ஒரு கோட்டம் இருந்தது. இக்கோட்டத்தினுள் “சம்பாபதி” என்னும் பௌத்த தெய்வம் கோயில் கொண்டிருந்ததென்பதையும், அக்கோயிலின் தூணொன்றில் கந்திற்பாவை என்னும் தெய்வ உருவம் அமைந்திருந்த-தென்பதையும்,

"சக்கரவாளம்" என்னும் பௌத்தரது அண்டகோளத்தின் உருவம் இக்கோட்டத்தின் வாயிலில் அமைக்கப்பட்டிருந்ததென்பதையும் மணிமேகலை காப்பியத்தின் மூலம் அறிகின்றோம். சம்பாபதி கோயிலுக்குக் "குச்சரக் குடிசை" என்றும், "முதியாள் கோட்டம்" என்றும் வேறு பெயர்கள் வழங்கப்பட்டுள்ளன. முதியாள் கோட்டம் என்ற இதே பெயருடன் சம்பாபதி அம்மன் கோவில் இருப்பது இன்றும் நமக்குச் சாட்சியாக இருக்கிறது. பிக்குணி மணிமேகலை இந்தக் கோட்டத்தில் இருந்துதான் வறியவருக்கு உணவு அளித்ததாக மணிமேகலை கூறுகிறது.

மொத்தத்தில் கோட்டம் என்ற சொல் தெய்வம் இருக்கும் இடத்தைக் குறிக்கிறது. அதேவேளையில், அச்சொல் பௌத்த மரபுக்கு உரியது என்பதையும் பௌத்த தெய்வம் இருக்கும் இடம் கோட்டம் என அழைக்கப்படுவதையும் சம்பாபதி அம்மன் மூலம் அறிகிறோம்.

மணிமேகலையில் சுடுகாட்டில் இருந்த வழிபாட்டிடங்கள் கோட்டங்கள் என்று பெயர் பெற்றிருந்தமையைப் பார்க்கிறோம். சுடுகாட்டுக்கு ஏன் வழிபாட்டுத் தலங்கள் வரவேண்டும்? அதற்கான காரணம், இறந்தவரை வழிபடும் மரபு நம்மிடம் உண்டு. தற்போதைய பண்பாட்டு நிகழ்வுகள் இதனையே நமக்கு உறுதிப்படுத்துகின்றன.

பழங்காலத்தில் இறந்தவரைப் புதைத்த பிறகு சுற்றியும் வட்ட வடிவில் கற்களை வைப்பார்கள். இதற்குக் கல் வட்டங்கள் என்று பெயர். இதனைக் கோட்டம் என்றும் அழைப்பார்கள். கோட்டம் என்பதைக் கணித அடிப்படையில் வட்டம் என்ற பொருளில் பயன்படுத்துகிறோம். பிற்காலத்தில் அந்த மக்களின் முன்னோர்கள் மற்றும் வழிகாட்டிகள் அடக்கம் செய்த இடமென்று வணங்கி வந்தார்கள். இதையே சுடுகாட்டில் இருக்கும் வழிபாட்டு இடத்துக்குக் கோட்டம் என்று மணிமேகலை கூறுகிறது. கோட்டம் என்பதும் கல்வட்டம் என்பதும் ஒன்றே. எனவே, அவை இறந்தவர்களுடன் தொடர்புடையது என்பது உறுதி. இதை மேலும் நிருபிக்க கல்வட்டங்களை வழிபடும் மரபு நம்மிடம் இன்றும் இருப்பதை அறிகிறோம். தற்காலத் தொல்லியல் ஆய்வுகளிலும் இவை வெளிப்பட்டுள்ளன.

"பூலாங்குறிச்சி அருகே வழிபாட்டிலுள்ள பெருங்கற்கால கல்வட்டங்கள் கண்டுபிடிப்பு" என்ற தலைப்பில் மணிகண்டன் மற்றும்

கஸ்தூரிரங்கன் ஆகிய இருவரும் இணைந்து எழுதிய கட்டுரையில் பின்வருமாறு கூறுகிறார்கள்:

“மலையடிப்பட்டி நெடுமலை அடிவாரத்தில் அமைந்திருக்கும் மேலச்சுங்காடு மொக்காண்டிக் கொம்படி ஆலயம், பெருங்கற்கால நினைவுச் சின்னமான கல்வட்டத்தின் மையத்தில் அமைக்கப்பட்டு வழிபாட்டிலுள்ளது. முக்கிய வழிபாட்டுப் பகுதியிலிருந்த கல்வட்டத்தின் கல்திட்டை முழுமையாக அகற்றப்பட்டு, அதிலிருந்த கற்பலகைகள் கோயிலுக்கு நேரெதிர்புறத்தில் கிடத்தப்பட்டுப் பலி பீடமாகப் பயன்படுத்தப்பட்டு வருகிறது.

அதன் அருகாமையில் இருக்கும் இரு கல் வட்டங்கள் முழுமையாகச் சிதைக்கப்படாமல், கல்லறை அமைப்புகளுடன் உள்ளன. இதன் மையப்பகுதியில் மரங்கள் மற்றும் கொடிகள் மிகுந்து அடர்த்தியாகக் காணப்படுகிறது. மேலும், இப்பகுதியும் துணை வழிபாட்டு அமைப்புகளாக இருக்கிறது. கோயிலின் வடபுறம் மற்றும் தெற்குப் புறங்களில் ஐந்து கல்வட்டங்கள் காணப்படுகின்றன. இவை ஐந்தும் வழிபாட்டில் இல்லை.”

கோவில் கட்டுமானத்திற்கு முந்தைய வழிபாட்டுத்தலம்

“இத்தகைய வழிபாட்டு முறை கோயில் கட்டுமான அமைப்புகளுக்கும் உருவ வழிபாட்டுக்கும் முந்தையது” என மூத்த ஆய்வாளர்கள் கருதுகின்றனர். பெரும்பாலும் வட மாவட்டங்களைப் போலத் தென்மாவட்டங்களில் பெருங்கற்காலச் சின்னங்கள் வழிபாட்டில் அதிகம் காணப்படுவதில்லை. ஆனால், கொம்படி வேல் வழிபாடும், சுடுமண் சிற்ப வழிபாடும் மிகுதியாக உள்ளன. ஆனால், நெடுங்கல் வழிபாடு, கல்திட்டை வழிபாடு உள்ளிட்ட வழிபாட்டு முறைகள் பெரும்பாலும் அற்றுப்போய்க் கோயில் கட்டுமானங்களாக மாறி விட்ட நிலையில், இக்கோவிலில் மட்டும் கல் வட்டம், கல் திட்டை வழிபாட்டிலுள்ள நிகழ்காலச் சான்றுகளாக இருப்பது சிறப்பானது.

”கோட்டம் அல்லது கல் வட்டம் காலப்போக்கில் கட்டுமானங்களாக மாறிக் கோவிலாக உருப்பெற்றதாக” ஆய்வாளர்கள் கூறுகின்றனர். அதனாலேயே பெரும்பாலும் பழைய கோவில்களில் கருவறை வட்ட வடிவில் அமைந்திருக்கிறது. அதை மறைப்பதற்காகவே சதுர வடிவில்

அடுத்த கட்டுமானம் கட்டப்பட்டிருக்கிறது. வட்ட வடிவில் இருப்பதனாலும், இறந்தவர்களுடன் தொடர்புடையதாக இருப்பதாலும் கருவறையினைக் கோட்டம் என்று அழைக்கிறார்கள். காஞ்சி காமாட்சி அம்மன் கோவிலில் கருவறையின் பெயர் காமக் கோட்டம் என்றழைக்கப்படுவதை மேலே சுட்டிக் காட்டினோம். இன்றும் வட்ட வடிவக் கோவில்களுக்குத் தூங்கானை வடிவக் கோவில் என்று பெயரிட்டு அழைக்கிறார்கள். ஆக, கோட்டம் என்ற சொல் இறந்தோரை வணங்கும் இடத்துக்கான பெயர் மட்டுமல்ல, அது பௌத்தப் பண்பாட்டின் அடையாளம் என்பதும் உறுதியாகிறது.

இந்த விளக்கங்களை இதோடு நிறுத்திவிட்டு, நாம் மீண்டும் தற்காலச் சடங்குகளை அறிந்துகொள்ளத் திரும்புவோம். கருமாதித் துறையில் கோட்டத்தின் கிழக்கு வாயிலுக்கு இறந்தவரின் மகன்கள் வருவார்கள். அப்போது சடங்கு செய்யும் வள்ளுவர், இறந்தவரின் பெயர் மற்றும் விலாசம் சொல்லி மோட்சம் கேட்பார். அப்போது வாயில் காவலர்கள், தானங்கள் செய்தால் மோட்சம் கிடைக்கும் என்பார்கள். அதற்கு வள்ளுவர் இறந்தவரின் பிள்ளைகள் சைவ அல்லது வைணவ மதத்தைச் சேர்ந்தவர்களாதலால், கோ தானம், பூ தானம், அகம் தானம், அன்னதானம் செய்வார்கள் என்பார். உடனே மோட்சம் கிடைத்ததற்குச் சான்றாக வாயிலில் கட்டியிருக்கும் நூலை ஊதுவத்தியால் அறுப்பார். இதே போன்று தெற்கு, மேற்கு வாசல்களை நோக்கிச் சென்று இறந்தவரின் மகன்கள் மோட்சம் கேட்பர். அதேபோன்ற நடைமுறை இங்கும் பின்பற்றப்படும். வடக்கு வாசலுக்கு வந்ததும், அதுவரை சிவன் போற்றி, விஷ்ணு போற்றி என்று சொல்லிவந்த வள்ளுவர், இந்த வாசற்படியில் மட்டும் புத்தனே போற்றி என்று சேர்த்துச் சொல்வார். சில வள்ளுவர்கள் தொடக்கத்திலே புத்தனே போற்றி என்று கூறுவார்கள். வாயில்காவலன் என்னென்ன தானம் தருவீர்கள் என்று கேட்பார். எப்போதும் போல கோ தானம், பூ தானம், அகம் தானம், அன்னதானம் செய்கிறோம் என்பார்கள். ஆனால், வாயிலைத் திறக்க மாட்டார்கள். கூடுதலாக, ஒவ்வொரு அமாவாசி அன்றும் தர்ப்பணம் கொடுக்கிறோம். வருடத்துக்கு ஒரு முறை மாவலி அமாவாசி தினத்தில் சிரார்த்தம் கொடுத்து, மாவலி தானம் செய்கிறோம் என்று வள்ளுவர் கூறிய பிறகுதான் வடக்கு வாசல் திறக்கும். (சில வள்ளுவர்கள் எல்லா வாசலுக்கும் மாவலி அமாவாசி மற்றும் மாவலி தானம் கொடுப்போம் என்று சொல்வார்கள்) மோட்சம் கிடைத்ததாக நினைத்து, ஆற்றிலோ

குளத்திலோ குளித்துக் கருமாதித் துறை சடங்கை முடித்துக் காமாட்சி விளக்கை எடுத்து, அதனை வீட்டில் உள்ள மூத்த பெண்களிடம் கொடுத்து நடுவீட்டில் வைத்து வணங்கிய பிறகே உணவு எடுத்துக்கொள்வார்கள். இங்கு வடக்குத் திசையைத் தமிழ் இலக்கியங்களில் வடக்கிருத்தல் என்ற நிகழ்வுடன் ஒப்பிட்டுப் பார்க்கலாம். வடக்கு என்பது இறந்தவர்களுடன் தொடர்புடைய திசை. மேலும், இறந்தவர்களை வடக்குப் புறம் பார்க்கும்படி உட்காரச் செய்வார்கள் என்பதும் குறிப்பிடத்தக்கது.

கருமாதியில் கொடுக்கும் வாக்குறுதியை நிறைவேற்றும்விதமாக மாவலி அமாவாசி நாளில் தர்ப்பணம் மற்றும் சிரார்த்தம் கொடுப்பார்கள். நிறைவேற்றவில்லை என்றால், குடும்பத்தில் கெட்டது நடக்கும் என்பது நம்பிக்கை. கருமாதிச் சடங்கில் நேரடியாக புத்தனே போற்றி என்று சொல்லுவதற்கு வள்ளுவர்களால் இன்றைக்குப் பெரிய அளவில் காரணம் சொல்லமுடியவில்லை. என்றாலும், நாம் இதனைச் சிரவணப் பண்டிகைக்குத் தொடர்புடையவரான மாவலியின் பெயரில் இருக்கும் மாவலி அமாவாசி, மாவலி தானம் இவற்றுடன் சேர்த்துப் பார்க்கும்போது, இவை மக்களிடம் பௌத்தப் பண்பாடு ஏற்படுத்திய தாக்கம் என்றும் புரிந்து கொள்ளலாம்.

-11-

மாவலி அமரவாசி தினத்தில் திதி கொடுக்கும் எண்ணற்ற இடங்கள் தமிழகத்திலும் உள்ளன. அவற்றுள் திருவள்ளூர் வீரராகவப் பெருமாள் கோவிலில் கொடுக்கப்படும் திதியைச் சிறப்பு வாய்ந்ததாக வெகுமக்கள் கருதுகிறார்கள். எனவே, முதலில் திருவள்ளூர் வீரராகவப் பெருமாள் கோவில் பற்றியும் அங்கு நடைபெறும் விழாக்கள் மற்றும் அதனையொட்டிய சடங்குகள் பற்றியும் பார்க்கலாம்.

வீரராகவர் கோவில் பற்றி பண்டிதர் அயோத்திதாசரே எழுதியிருக்கிறார். அக்கோயிலில் நிலவும் நடைமுறைகளைப் புரிந்து கொள்வதற்கான முக்கியத் திறப்புகளை அவரது எழுத்து தருகிறது. அவர் கூறுவதாவது:

"வடமதுரையை ஆண்ட கச்சன் என்னும் மன்னனுக்கும் உபகேசி என்னும் அரசிக்கும் பிறந்த மகன் நாயனார். வள்ளுவ குலத்தில் பிறந்ததால் வள்ளுவ நாயனார் என்று பெயர் பெற்றார். நாயனார் சிறு வயதிலேயே புத்த சங்கக் கருத்துக்களை ஏற்றுத் துறவு மேற்கொண்டவராக இருந்துள்ளார். மேலும், அவர் திரிபிடகம் நூலை முதல் நூலாகக்கொண்டு வழி நூலான திரிக்குறளை இயற்றினார். இவ்வாறு அவர் தம்மக் கருத்துக்களை மக்களுக்குப் போதனை செய்த விகாரின் பெயர் வீரராகுல விகார். பிறகு அவர் சித்திரை மாதம்

சதுர்த்தசிக்குப் பின்னாளான அமரவாசியில் நிருவாணதிசை அடைந்தார். நாயனாரின் உடல் சாம்பலை வீரராகுல விகாரின் மத்தியில் புதைத்தனர். சில காலங்கள் கழித்துப் புதைத்த இடத்தில் பஞ்சரத்தினப்பாக்களை நற்பலகையில் எழுதி நட்டனர்.

இவ்வாறு இராகுலர் விகாரம் என்று அப்போது வழங்கி வந்ததைத் தற்காலத்தில் தங்களுடையதாக அனுபவித்து வரும் வைணவர்கள் இராகுலா, இராகுலர் என்ற புத்தரின் மகன் பெயரை இராகவ, இராகவர் என்று சொல்லிவந்த பின்னர், வீரராகவ ஆலயம் என்று மாற்றினர். ஆனால், இது முற்காலத்தில் பௌத்த மடமே என்பதற்கு உள்ளிருக்கும் நிர்வாண சிலையே சான்று.”

வீரராகவக் கோவில் முன்பு புத்த விகாராக இருந்தது என்றும் வள்ளுவ நாயனார் ராகுல விகாரிலிருந்து தம்மக் கருத்துக்களைப் பரப்பி வந்தார் என்றும் அவர் பரிநிப்பாணம் அடைந்த பிறகு சாம்பல் ராகுல விகாரில் புதைக்கப்பட்டது என்றும் பண்டிதர் கூறுகிறார். அதற்குச் சான்றாக மணிமேகலை, சீவகசிந்தாமணி, சூளாமணி, பிங்கலைநிகண்டு, முன்கலைதிவாகரம், நன்னூல், குறள் சாற்றுக்கவி (பொன்முடியார், வெள்ளிவீதியார், நரிவெருத்தலையார், கீரந்தையார்) மற்றும் சிலாசாஸனப் பெயர்ப்பு ஆன பஞ்சரத்தினப்பா போன்றவற்றைச் சான்றுகளாகக் காட்டுகிறார்.

- நல்கூர்வேள்வியார் பாடலான குறள் சாற்றுக்கவியான

“உப்பக்க நோக்கி யுபகேசிதோண்மணந்தா
னுத்தரமா மதுரக்கச்சென்ப விப்பக்க
மாதானுபங்கி மறுவில் புலச்செந்நாப்
போதார் புனற்கூடற்கச்சு.” என்ற பாடலையும்,

சிலாசாஸனப் பெயர்ப்பு பஞ்சரத்தினப்பா

“மலர்கலியுலகத்துன்னிய மேலோன் வள்ளலெணகுணன றவாழி
குலகுமரபோன் கொற்றவனென்னுமங் குடமதுராபுரிகச்சன்
தவமதிலுதித்த தண்டமிழ்மறையோய் சருவமுமுணர்ந்த பாவலனே
தலமெலா முதற்சீராகுல வியார சங்கமேய் நாயனேயருளே

சங்கமெய்க்குருவாய் சாதனத்துரைந்து தரணியோர் குறைமிகுவாற்றி
பொங்கிரு வினையின் பகுப்பினை யுணர்த்தி புத்தமுதீய்ந்த
மெய்ப்பொருளே
தங்குமின்னமுதே தாதைமுப்பால்ப்போற் சமணமுற்றோர்க் கருளுட்டுந்
திங்கணன் முடியோன் வழிவழிகாட்டுந் செந்ந நற்புலவ நாயகனே

செந்நாப்புலவர் சீர்பெயர்பெற்றுத் தெண்ணிறை திரிக்குற ளருளி
நந்நாவலர்க்கு நாவுற மீய்ந்து நானிலத்தோர் நலமுற்றார்
புந்நாவடியேன் போற்றவுமறியேன் புநிதாமெய்ஞ்ஞான மாவமுதே
திந்நநூர் மேலோய் திருவளூ ரானீர் சின்மய நாயனே யருளே

சின்மயானந்த நாயனே நின்னை சேவைசெய் தேற்றுதற் கருளாய்
முன்னுமிச்சங்க முதலவனாகி மேடமே சதுர்த்தசி பின்னாள்
துன்னிய முத்தித் தூயமெய்ப்பொருளாஞ் சுடரொளி காட்டிய வருளே
மின்னுபூம்பிண்டி வேந்தனன் வழியோய் வள்ளலுண் நாயனே யருளே

வள்ளலந் நிறைந்த வள்ளுவர் வழியோய் மாதவ ரேற்று மெய்ஞ்ஞான
உள்ளமேகொண்டா யுலகெலா முணர்ந்தாய் உமதுமுப்பா
லதையுணர்ந்தோர்
கள்ளமே யகற்றி காட்சியை பெறுவர் கமலநாயகன் கழல்கண்டு
வள்ளுவநாயன் காட்டிய வழிநூல் மணந்திரு வள்ளுவரூரே"

ஆகிய பாடல்களைச் சான்றுகளாகக் காட்டுகிறார். இவற்றை மனதிலிருத்துக்கொண்டு சமகால நடைமுறைகளைப் பொருத்திக் காணலாம்.

இன்றைய காலத்தில் வீரராகவக் கோவிலில் நடைபெறும் முக்கிய விழாக்களாவன:

1. **வைகுண்ட ஏகாதசி**
2. **அட்சய திரிதியை**
3. **சதுற்தசி**
4. **மாவலி அமாவாசி**
5. **மாவலி தானம்**

இவற்றுள் வைகுண்ட ஏகாதசி மற்றும் அட்சய திரிதியை நாட்களில் மூலவர்க்குச் சிறப்புப் பூஜைகள் நடைபெறுகின்றன. இந்த இரண்டு நிகழ்வுக்கு வைணவம் கொடுக்கும் விளக்கம் என்னவென்றால்,

"மார்கழி மாதத்தில் வரும் வளர்பிறை பதினோராம் நாள் இந்துக்களால் வைகுண்ட ஏகாதசி எனக் கொண்டாடப்படுகிறது. வைணவர்கள், தாம் வழிபடும் திருமாலின் இருப்பிடமாகக் கருதும் வைகுண்டத்தின் கதவுகள் இன்று திறக்கப்படுவதாக நம்புகின்றனர். இந்நாளின் முன்னிரவில் உறங்காது இருந்து திருமாலின் புகழ்பாடிக் கோவில் செல்வர். விடிகாலையில் பெருமாள் கோவில்களில் பொதுவாக வடக்குத் திசையில் என்றும் மூடப்பட்டிருந்து, இன்று மட்டுமே திறக்கும் "சொர்க்க வாயில்" என்றழைக்கப்படும் வாயில்வழியே சென்று இறைவனை வழிபடுவர்" என்பதாகும்.

அட்சய திரிதியை தமிழ் மாதமான சித்திரை வளர்பிறையில் அமரவாசி நாளை அடுத்த மூன்றாம் நாளில் கொண்டாடுவதாகும். இந்தத் தினத்தில் தங்கம் (பொருள்) வாங்கினால் செல்வம் செழிக்கும் என்று இந்துக்கள் நம்புகிறார்கள்.

ஆனால், இந்த அட்சய திரிதியை இந்துக்களால் மட்டுமல்ல, சமணர்களாலும் கொண்டாடப்படுகிறது என்பதுதான் குறிப்பிடப்பட வேண்டிய செய்தி. இந்நாள் சமணர்களின் புனித, பெரும் மங்களகரமான நாளாகக் கருதப்படுவதற்கு பகவான் ஆதிநாதர் திகம்பரமுனி நிலையில் முதல் ஆகாரமேற்ற நாளாக நம்பப்படுகிறது.

வீரராகவக் கோவிலில் வைகுண்ட ஏகாதசி அன்று குபேர பூசையும், அட்சய திரிதியை நாளில் குபேர லட்சுமி பூஜையும் நடைபெறுகின்றன. இந்த இரண்டு நாட்களிலும் பொதுவானதாகக் குபேர வழிபாடு இருக்கிறது. அதனால் குபேர வழிபாட்டு முறையின் முக்கியத்துவத்தையும் பண்பாட்டுக் கூறுகளையும் பார்க்க வேண்டிய தேவையிருக்கிறது.

குபேரனைச் செல்வத்துக்கான கடவுளாக இந்து மதம் கூறுவதை அறிவோம். அதேவேளையில், பௌத்தத்துடன் நடைமுறையில் இருக்கும் பண்பாட்டு ஒற்றுமையையும் நாம் பார்க்கவேண்டும். பௌத்த நூல்கள்

குபேரனைச் செல்வத்திற்கான கடவுளாகவும் சில இடங்களில் கூறுகின்றன என்பது கவனிக்க வேண்டிய செய்தி. குபேரனுக்குப் பௌத்தத்தில் வைஷ்ரவணன் என்ற பெயரையே பெரும்பாலும் பயன்படுத்துகின்றனர். சதுர்மகாராஜாக்கள் என்பவர்கள் பௌத்தத்தில் நான்கு திசைகளின் பாதுகாவலர்கள் ஆவர். இவர்கள் நால்வரும் முறையே நான்கு திசைகளைப் பாதுகாக்கின்றனர். அவற்றில் குபேரன் வட திசைக்கான பாதுகாவலராக இருப்பதாகப் பௌத்த நூல்கள் சொல்கின்றன. வைஷ்ரவணன் என்பது குபேரனுக்கு மற்றொரு பெயர். குபேரனைப் பாலி மொழியில் வேஸ்ஸவண எனக் குறிப்பிடுகின்றனர். ஒரு சொல்லில் வடமொழி எழுத்துகள் இருந்தால், தமிழில் அதற்கு இணையான எழுத்தைக் கையாண்டு எழுதுவது நம்முடைய மரபாகவும், விதியாகவும் உள்ளது. இதனடிப்படையில் வைஷ்ரவணன் என்ற பெயரில் இருக்கும் வடமொழிச் சொல்லுக்கு இணையான தமிழ்ச் சொல்லை நாம் சில உதாரணங்கள் மூலம் பார்க்கலாம்.

வைஷ்யன் - வைசியன்
வருஷம் - வருசம்
வைஷாலி - வைசாலி

ஷ், ஷ, ஷா ஆகிய வடமொழி எழுத்துகளுக்கு இணையாகத் தமிழில் சி,ச, சா என்று நாம் வழக்கில் எழுதுகிறோம். இன்றும் கிராமங்களில் புத்தாண்டைக் கூறும்போது வருசப் பிறப்பு என்றுதான் கூறுகிறார்கள். அது போலவே வைஷ்ரவணன் என்ற வார்த்தையில் உள்ள வடமொழி எழுத்தான "ஷ்" க்கு இணையான தமிழ் எழுத்தாக "சி" உள்ளது. ஆகவே, வைஷ்ரவணன் என்ற பெயரைத் தமிழில் வைசிரவணன் என்று நாம் எழுதலாம்.

வைஷ்ரவணன், சிரவணன் மற்றும் சிராவகன் ஆகிய சொற்கள் கேட்டல் எனத் தமிழில் பொருள்படும். (தருமக் கருத்துக்களைக் கேட்டல்) மூன்றுக்கான பொருளும் ஒன்றாக இருப்பதனால், வைஷ்ரவணன் என்ற சொல்லை வைசிரவணன் என்று எழுதுவதால் எந்தப் பொருள் பிழையும் ஏற்படாது. வைஷ்ரவணன் என்றால் சமஸ்கிருதத்தில் சுதந்திர சந்நியாசி என்று பொருள். இது புத்த, சமண மற்றும் அஜிவிக்காஸ் என்றழைக்கப்பட்ட கடவுள் மறுப்பாளர்களையும் குறிக்கிறது. வைஷ்ரவணன், வைசிரவணன் என்ற இரண்டு சொற்களும் புத்த, சமணத்

துறவிகளையே குறிக்கிறது. சிரவணன் என்னும் சொல் புத்தரைக் குறிக்கும் சொல் என்று நாம் கடந்த பதிவுகளில் பார்த்துள்ளோம். இதன் மூலமும் குபேரனுக்கு வைசிரவணன் என்ற பெயரும் இருப்பதாலும், குபேரன் என்பது புத்தருக்கு வழங்கிய வேறு பெயர்களுள் ஒன்றாகவும் இருக்கலாம்.

குபேரன் என்பது புத்தரைக் குறிக்கும் என்பதற்குச் சான்றாக நமக்கு மேலும் பல பண்பாட்டுத் தரவுகள் கிடைக்கின்றன. கிழக்காசிய நாடுகள் முழுவதிலும் குபேரன் வழிபாடு வேறு வடிவங்களிலும், பெயர்களிலும் நடைபெறுகின்றன.

ஜப்பானில் குபேரன்

ஜப்பானில் குபேரன் போர்க் கடவுளாகப் பாவிக்கப்படுகிறார். மேலும், தவறு செய்பவர்களைத் தண்டிப்பவராகவும் கருதப்படுகிறார். ஒரு கையில் வேலும், இன்னொரு கையில் புத்த பக்கோடாவும் (Pakoda) வைத்திருக்கிறார். பக்கோடா என்றால் செல்வத்தைக் குறிக்கிறது. பக்கோடாக்கள் செல்வத்தின் இருப்பிடமாகக் கருதப்படுவதால், இவர் பக்கோடாக்களைக் காவல் காத்துப் பிறருக்கு அதை அளிப்பதாக நம்பப்படுகிறது. இவர் புத்தர் போதனை செய்த அனைத்து இடங்களையும் காப்பவராகவும் கருதப்படுகிறார்.

திபெத்தில் குபேரன்

திபெத்தில் குபேரன் ஒரு தர்மபாலராகக் கருதப்படுகிறார். மேலும், இவர் வடதிசையின் அதிபதியாகவும் செல்வத்தின் அதிபதியாகவும் இருக்கின்றார். வடதிசையின் காவலராகப் பௌத்த ஆலயங்களின் பிராதன வாசலுக்கு வெளியே உள்ள சுவரோவியங்களில் வரையப்படுகிறார். அவ்வப்போது நாரத்தைப் பழத்தைக் கையில் ஏந்தியவராகவும் சித்தரிக்கப்படுகிறார். மேலும், இவர் பருத்த தேகத்துடனும் உடல் முழுதும் அணிகலன்கள் அணிந்தவராகவும் காணப்படுவதுண்டு. அமர்ந்த நிலையில், தன்னுடைய வலது கால் தொங்கும் நிலையில் தாமரை மலரைத் தொட்ட வண்ணம் உள்ளது. திபெத்தில் இவரது வாகனம் பனி சிங்கம்.

சீனாவில் குபேரனை சிரிக்கும் புத்தர் (Laughing Buddha) என்று மக்கள் வணங்குகிறார்கள்.

பிற மொழிகளில் குபேரன் பெயர்கள்:
சீன மொழி - டுவோ வென் டியான், பிஷாமென் டியான்
கொரிய மொழி - டாமுன் சீயோன்வாங்
ஜப்பானிய மொழி - டாமோன்டென், பிஷமொன்டென்
திபெத்திய மொழி - நாம்தோசே

இப்படிப் பல பெயர்களில் அழைக்கப்படும் குபேரன் பல நாடுகளில் புத்தரின் வடிவிலும் உள்ளார். தேராவத பௌத்தத்தின் ஆரம்ப காலத்தில் மரங்களையே கோவில்களாகக் கொண்டு மக்கள் குபேரனை வணங்கினர். சிலர் மக்கட்பேறு வேண்டியும் இவரை வழிபட்டனர். ஆனால், இந்தியாவில் இந்து சமயம் பிற்காலத்தில் அதனைத் தனதாக்கிக் கொண்டது.

இந்து மதம் குபேரனைப் பௌத்த மரபிலிருந்தே தனதாக்கிக் கொண்டது என்பதற்குச் சான்றாக வைகுண்ட ஏகாதசி தினத்தைக் குறிப்பிடலாம். அத்தினத்தில் வைணவக் கோவில்களில் விஷ்ணு வடக்குப் பக்கமாக வந்தே பக்தர்களுக்கு அருள் பாலிப்பார். இந்த வாயிலில் நின்று வழிபட்டால் சொர்க்கம் செல்லலாம் என்பது இந்துக்களின் நம்பிக்கை. இறப்பதைக் கொண்டாடுவது வைணவ மற்றும் சைவ மரபில் கிடையாது. ஆனால், வடக்குத் திசை இறந்தவர்களுடன் தொடர்புடையது. அதிலும் குறிப்பாக, பௌத்த, சமண சமயங்களில் மட்டுமே வடக்குத் திசை இறப்புடன் தொடர்புடையதாக உள்ளது. வடக்குத் திசை புத்தக் கடவுளான குபேரனுக்கு (வைசிரவணன்) உரியது. இங்கு நாம் இதனைச் சமணத்தின் வடக்கிருத்தலுடனும் ஒப்பிட்டுப் பார்க்கலாம். எனவே, இன்றைய இந்துக்களின் வைகுண்ட ஏகாதசி என்பது சிரவண மரபில் முன்னோர்களை வழிபடும் ஒருவகையான சடங்காகவே இருந்தது. இவ்வாறு வழிபாட்டு முறையின் உள்ளார்ந்த பண்பு பௌத்தமாக இருந்தாலும், இதனை நேரடியாகச் சிரவண வழிபாடு என்று சொல்லாமல் வைகுண்ட ஏகாதசி என்று திரித்தனர்.

மணிமேகலையின் அட்சய பாத்திரமும் அட்சய திரிதியையும்

அட்சய திரிதியை நாள் என்பது அமாவாசிக்கு அடுத்த மூன்றாவது நாள் கொண்டாடப்படும் நிகழ்வு. திரி என்பது மூன்று என்ற பொருளில் பாலி மொழியில் குறிக்கப்படுகிறது. பாலி மொழி பௌத்தத்துடன் தொடர்புடைய மொழி. பௌத்த நூல்கள் பெரும்பாலும் பாலி மொழியில் இருப்பதே அதற்குச் சான்று. மூன்றுடன் தொடர்புடைய பௌத்த நூல்களான திரிபிடகம், திரிசரணம், திரிகடுகம், திரிக்குறள் ஆகிய அனைத்து நூல்களும் பௌத்தத் தத்துவம் மற்றும் சித்த மருத்துவத்துடன் தொடர்புடையன.

மைய நீரோட்டத்தில் இயங்கும் ஆன்மிக இதழ்களே அட்சய திரிதியை நாளில்தான் முதன்முதலாக மணிமேகலை அட்சயப் பாத்திரம் பெற்றாள் என்றும் அதன் காரணமாகவே இந்த நாளை அட்சய திரிதியை எனக் கொண்டாடுகிறோம் என்றும், அது மட்டுமல்லாமல், அன்றைய தினத்தில் தானம் வழங்கும் நடைமுறை இன்றளவும் உள்ளது என்றும் கூறுகின்றன. இங்கு அட்சய திரிதியைக் கொண்டாடும் இதே நாளில்தான் ஜப்பான், திபெத் போன்ற நாடுகளில் குபேர வழிபாடும், பௌத்த விகார்களில் தானமும் வழங்கப்பட்டு வருகிறது என்பது குறிப்பிடத்தக்கது. ஜைன மரபும் அட்சய திரிதியையைப் பகவான் ஆதிநாதர் திகம்பரமுனி நிலையில் முதல் ஆகாரமேற்ற நாளாக நம்புகிறது. ஆக, பௌத்தமும், ஜைனமும் அட்சய திரிதியையை உணவுடன் தொடர்புபடுத்திக் கூறும்போது, இந்து மதம் மட்டும் இதற்கு முரணான கதையுடன் தொடர்புபடுத்தி மற்றொரு படிமத்தைக் கட்டமைக்க முயல்கிறது.

ஆனால், வைகுண்ட ஏகாதசி மற்றும் அட்சய திரிதியை நாட்களில் நடக்கும் விழாக்கள் பௌத்தப் பண்பாட்டின் எச்சம் என்பதே உண்மை. ஆனால், பௌத்தப் பண்பாட்டைத் தனதாக்கி கொண்டது மட்டுமல்லாமல், காலப்போக்கில் பௌத்தத்தைப் பின்பற்றியவர்களையும் நிர்மூலமாக்கியது இந்து மதம். மேற்கண்ட சடங்குகள் முன்பு ராகுல விகார் என்றும் தற்போது வீரராகவப் பெருமாள் கோவில் என்றும் அழைக்கப்படும் கோவிலில் நடைபெறுவதைக் கவனத்தில் கொள்ளவேண்டும்.

விஜயனும் துவாரபாலகர்களும்

வீரராகவக் கோவிலில் இருக்கும் விமானத்தின் பெயர் விஜயகோடி விமானம் அல்லது விஜயன்கோடி விமானம். மகாவம்சம் நூல் விஜயனை இலங்கையை ஆண்ட பௌத்த அரசன் என்று கூறுகிறது. பௌத்தத்தில் விஜயன் பாதுகாவலர் எனச் சித்தரிக்கப்படுகிறார். விஜயன் என்பதற்கான மற்றொரு பெயர் துவாரபாலகர். துவாரபாலகர் என்பது வாயிற்காப்போர் என்னும் பொருள் கொண்டது. இச்சொல் பொதுவாக இந்து, பௌத்த சமயங்கள் சார்ந்த தொன்மங்கள், சிற்பங்கள் தொடர்பிலேயே பயன்பாட்டில் உள்ளது. துவாரபாலகர் என்பது கோயில் வாயில்களின் இருபுறங்களிலும் அமைக்கப்படும் காப்போர் உருவங்கள். துவாரபாலகர்கள் பொதுவாகச் சாதாரண போர்வீரர்கள் போன்றோ அல்லது பயமுறுத்தும் தோற்றம் கொண்ட வடிவிலோ இருக்கலாம். இவர்களில் ஆண், பெண் இருபாலாரும் உண்டு. துவாரபாலகர்களைக் குறிக்கும் சிற்பங்கள், பௌத்த சமயங்கள் பரவியிருந்த தென்னாசிய, தென்கிழக்கு ஆசியாவைச் சேர்ந்த பல நாடுகளிலும் (குறிப்பாக திபெத் விகார்களில் குபேரனின் சித்திரம் சுவற்றில் வரையப்பட்டிருப்பது போன்று) காணப்படுகின்றன. பௌத்தக் கட்டிடக் கலையிலும் துவாரபாலகர்களின் சிற்பங்கள் முக்கியமான கூறுகளாகக் காணப்படுகின்றன. விஜயனின் மற்றொரு பெயர்தான் துவாரபாலகர் என்பதோடு, இவ்விரண்டுமே பாதுகாவலைக் (வாயிற்காப்போன்) குறிக்கின்றன. வைகுண்ட ஏகாதசி மற்றும் அட்சய திரிதியை நாட்களில் இந்துக் கோவில்களில் குபேர பூஜை நடைபெறுகிறது. குபேரனை வடக்குத் திசை காவலனாகப் பௌத்தம் குறிப்பிடுகிறது. புத்த விகார்களைப் பிற்காலத்தில் வைணவக் கோவில்களாக மாற்றும்போது குபேரன் (வைசிரவணன்) என்ற நேரடியான பௌத்தப் பெயரை விஜயன் எனத் திரித்தது மட்டுமல்லமால், அதற்கான வேறு கதையாடலையும் உருவாக்கிக் கொண்டார்கள். இத்துணை சான்றாதாரங்களும் வீரராகவக் கோவில் முந்தைய காலத்தில் பௌத்தக் கோவிலாக இருக்கலாம் என்ற முடிவுக்கு நம்மை இட்டுச் செல்கின்றன.

-12-

திருவள்ளூர் வீரராகவப் பெருமாள் கோவிலில் சதுர்த்தசி, மாவலி அமாவாசி மற்றும் மாவலி தானம் ஆகிய நிகழ்வுகளில் கடைப்பிடிக்கப்படும் சடங்கு முறைகளைக் காணலாம்.

சதுர்த்தசி

சதுர்த்தசி திதி என்பது பௌர்ணமிக்கு அடுத்த பதினான்காவது நாள் மற்றும் அமாவாசிக்கு முதல் நாளில் வருகிறது. சதுர்த்தசி திதிக்குப் போதாயன அமாவாசி என்றும் பெயரிட்டு அழைக்கிறார்கள். சதுர்த்தசி தினம் அன்றே அமாவாசி தொடங்கும் நாளைக் குறிப்பதே போதாயன அமாவாசி. போதாயன அமாவாசி தினத்தில் வீரராகவக் கோவிலில் சிறப்புப் பூசை நடைபெறுகிறது. பொதுவாக, பெரும்பாலான கோவில்களில் அமாவாசி, பௌர்ணமி நாட்களில் மட்டும் பூசைகள் நடைபெறும்போது, வீரராகவர் கோவிலில் மட்டுமே போதாயன அமாவாசி நாளன்று, அதாவது, சதுர்த்தசி தினத்தில் சிறப்புப் பூசை நடைபெறுகிறது என்பது குறிப்பிடத்தக்கது.

அயோத்திதாசப் பண்டிதர், "வள்ளுவ நாயனார் பரிநிப்பாணம் அடைந்தது சித்திரை மாதம் சதுர்த்தசி பின்னால் வரும் அமாவாசி நாளில்" எனக் குறிப்பிடுகிறார். கால்நூற்றாண்டுக்கு முன்பு வரையிலும் கூட

வீரராகவர் கோயிலில் சதுற்தசி என்னும் போதாயன அமாவாசி நாளில் வள்ளுவர்கள் வந்து வணங்கிச் செல்லும் வழக்கம் இருந்திருக்கிறது. தற்காலத்தில் மாவலி அமாவாசிக்கு முதல் நாளான போதாயன அமாவாசி (சதுற்தசி) அன்று வள்ளுவர்கள் வந்து பூசை செய்துவிட்டு, மறுநாளான மாவலி அமாவாசி தினத்தில் கோவில் குளக்கரையில் இறந்தவர்களுக்குத் திதியையும் கொடுத்துவிட்டுச் செல்கிறார்கள். பழைய நடைமுறை தற்காலத்தில் வேறு வடிவம் பெற்றுள்ளது எனலாம். கோவில் முழுமையாக வைணவர்களின் கட்டுப்பாட்டுக்கு மாறியிருப்பதோடு, அன்று நிலவிய பண்பாட்டு நடைமுறைகளையும் மாற்றி அமைத்துள்ளனர். அப்படி மாற்றுவது அவர்களுக்கு ஒன்றும் புதியதில்லை. வள்ளுவர் இறந்த நாளில் வள்ளுவர்கள் இந்தக் கோவிலுக்கு வந்து வணங்கிச் சென்ற கடந்தகால வழக்கம் வள்ளுவருக்கும் கோவிலுக்கும் இருந்த தொடர்பை உறுதிப்படுத்தும் விதமாக இப்போதும் உள்ளது. அது மட்டுமல்லாது, கோயில் நடைமுறைகளை அடுக்கியும் ஒப்பிட்டும் பார்க்கும் போது, வீரராகவக் கோயில் ஒரு காலத்தில் ராகுல விகாராகவும், வள்ளுவ நாயனார் தம்மக் கருத்துக்களை அங்கு போதித்திருக்கக்கூடும் என்ற முடிவுகளுக்கு வர இயலும்.

வைகாசித் திங்கள் வளர்பிறையில் பதினான்காம் நாள் (சதுற்தசி) இரவு போதிசத்துவராகிய கௌதம முனிவர் கண் உறங்கிக் கொண்டிருந்தபோது கடைசி யாமத்தில் ஐந்துவிதமான கனவுகளைக் கண்டார் என்று பௌத்த நூல்கள் கூறுகின்றன.

முதல் கனவு

பரத கண்டம் பாய் போலவும் இமயமலை தலையணை போலவும் கிடந்தன. இந்தப் பாயிலே கௌதம முனிவர் மல்லாந்து படுத்துக்கொண்டிருந்தது போலவும் அவருடைய வலது கை மேற்கிலும் இடது கை கிழக்கிலும் கால்கள் தெற்கில் இருப்பது போலவும் கனவு கண்டார். இந்தக் கனவின் கருத்து என்னவென்றால், போதிசத்துவராகிய கௌதம முனிவர் கட்டாயமாகப் புத்த பதவியை அடைவார் என்பதே. இவ்வாறு படுக்கும் முறையை இறப்புச் சடங்குகளில் காணலாம். இறந்தவரைத் தெற்கு வடக்காகத்தான் படுக்க வைப்பர். இன்றும்கூடச் சில இடங்களில் இறந்தவர்களைப் புதைக்கும்போது இதே முறை கடைப்பிடிக்கப்படுகிறது. இறந்தவர் புத்த நிலையை அடைந்தார்

என்பதைக் காட்டுவதற்கு இந்த நடைமுறை தொடங்கப்பட்டு, காலப்போக்கில் இதுவே வழக்கமான அல்லது போலச் செய்தல் முறையில் தொடர்ந்து நடைபெற்று நிலைபெற்றிருக்கிறது என்று புரிந்துகொள்ளலாம்.

இரண்டாம் கனவு

படுத்திருந்தபோது தம்முடைய நாபியில் இருந்து சிவந்த நிறமுள்ள கம்புச் செடியொன்று உயரமாக வானம் வரையில் வளர்ந்து சென்றது போலவும் கனவு கண்டார் கௌதம முனிவர். இந்தக் கனவின் பொருள் உயர்ந்த அஷ்டாங்க மார்க்கத்தைத் தாமே கண்டறிந்து, அதை மக்களுக்குப் போதிக்கப் போகிறார் என்பது புலனாகிறது.

மூன்றாம் கனவு

கருமையான தலையும் வெண்மையான உடலும் உள்ள சிறு பூச்சிகள் கூட்டமாக வந்து இவருடைய கால் நகங்களை மொய்த்துக் கொண்டன. பின்னர் அவை கொஞ்சங்கொஞ்சமாக முழங்கால் வரையிலும் ஏறிவந்து மொய்த்துக் கொண்டன. இந்த மூன்றாவது கனவின் கருத்து என்னவென்றால், இல்லறத்தார் இவரிடம் வந்து இவருடைய உபதேசங்களைக் கேட்டு இவருக்கு உபாசகத் தொண்டர்கள் ஆவார்கள்.

நான்காம் கனவு

நான்கு திசைகளிலும் நான்கு விதமான பறவைகள் பறந்து வந்து தம்முடைய காலடியில் தங்கித் தம்மை வணங்கியதாகக் கனவு கண்டார். இந்தக் கனவின் பொருள் நான்கு திசைகளிலும் இருந்து மக்கள் கௌதமரிடம் வந்து, தீட்சை பெற்றுத் தம்மம் பரப்பச் செல்கிறார்கள் என்பதாகக் கொள்ளலாம்.

ஐந்தாம் கனவு

மலக் குவியலின் மேல் நடந்து சென்றது போலவும், ஆனால், கொஞ்சமும் காலில் மலம் ஒட்டாதது போலவும் கனவு கண்டார். இந்தக் கனவிற்கு எந்தப் பற்றும் அற்றவர் என்பது தெளிவாகிறது.

கௌதம முனிவர் இவ்விதம் ஐந்து கனவுகள் கண்டு, இவற்றின் கருத்துகளைத் தாமே ஆராய்ந்து அறிந்து கொண்டார். தமக்குக் கட்டாயம் புத்த பதவி கிடைக்கும் என்னும் நம்பிக்கையை மேற்கண்ட ஐந்து கனவுகள் மூலம் உணர்ந்தார் கௌதமர்.

கனவுகளின் விளக்கம்

இன்றும் கிராமங்களில் கனவுகளை விளக்குவதற்குப் பெரியவர்கள் (பெண்கள் உட்பட) இருக்கிறார்கள். இரத்தம் மற்றும் நெருப்பைக் கனவாகக் கண்டால், நம் உறவினர்களில் பெண்கள் பருவம் அடைவதாகவும் பாம்பைக் கனவில் கண்டால், நம்மைப் பிடித்த துன்பம் விலகுவதாகவும் கூறுவார்கள். பெரும்பாலும் கனவுக்கு விளக்கம் கூறுபவர்கள் பஞ்சாங்கம் பார்ப்பவர்களாக இருப்பார்கள். எங்கள் கிராமத்தில் என் தாத்தா கனவுகளுக்கு விளக்கம் கொடுப்பார். கனவுகள் துர்மரணம் பற்றியும் கோர்வை இல்லாமலும் தொடர்ந்து வந்தால், எந்தத் தினத்தில் வந்தது என்று கேட்பார். சொன்னதும், பஞ்சாங்கம் பார்த்து, "உனக்குக் கனா திதியில் வந்துருக்கு. அதனால், முன்னோர்களுக்கு அமாவாசி விரதம் இருந்து சிரார்த்தம் கொடுக்க வேண்டும்" என்பார். கனா திதி என்பது சதுர்த்தசி திதியே என்று என் தாத்தா வருபவர்களிடம் கூறுவார். காரணம், அதற்கு மறுநாள் அமாவாசி என்பதால், முன்னோர்கள் கனவுகள் மூலம் தம்மை நினைவுபடுத்துவதாகக் கூறுவார். எனவே, இந்தக் கனா திதியை புத்தருக்கு நடந்ததாகக் கூறப்படும் கனவுடன் ஒப்பிட்டு பார்க்கலாம்.

வைகாசி மாதம் வளர்பிறையின் பதினான்காம் நாள் அல்லது சதுர்த்தசி தினத்தில்தான் வைகாசி விசாகம் கொண்டாடப்படுகிறது. வைகாசி விசாகம் என்பது முருகன் என்னும் அருகன் விசாக நட்சத்திரத்தில், அதாவது சதுர்த்தசி தினத்தில் பிறந்ததாகக் கொண்டாடுகிறார்கள். அருகன் சிரவண (சரவண) சங்கத்தைச் சேர்ந்தவராக இருந்து பௌத்த அறத்தைப் பரப்பியவர். அருகன் என்பது பௌத்தத்தில் புத்த நிலையை அடைவதற்கு முன்பாக இருக்கும் நான்காவது நிலை. அருகன் பௌத்த (சமண) சமயக் கடவுள் என்ற கருத்தும் உள்ளது. விசாகம் என்ற சொல்லுக்கு புத்தர் பிறந்தநாள் என்று இலங்கையில் கூறுகிறார்கள். இலங்கையில் புத்த பூர்ணிமா நாளை விசாக நாள் என்று கூறும் வழக்கம் இன்றும் உள்ளது. விசாகம் என்ற சொல்லுக்குப் பௌத்தத்துடன் மிக நெருங்கிய தொடர்பு உள்ளதை வைத்துப் பார்க்கும்போது, அருகனையும்

நாம் பௌத்தத்துடன் தொடர்புபடுத்திப் பார்ப்பதில் தர்க்கரீதியான பொருத்தப்பாடு இருப்பதை உணரலாம்.

தீபமும் பௌத்தமும்

தீபங்களின் திருவிழா தமிழகத்திற்கும், இந்தியத் துணைக் கண்டத்திற்கும் மட்டும் சொந்தமானதல்ல. மரபான பின்னணி கொண்ட பெரும்பாலான நாடுகள் தீபங்களின் திருவிழாவை வேறு வேறு பெயர்களில் கொண்டாடுகின்றன.

குறிப்பாக, பௌத்தம் பரவிய அனைத்து நாடுகளிலும் தீபங்களின் திருவிழா முக்கியமான திருநாள். கொண்டாடப்படும் நாட்கள் மட்டும் மாறியிருக்கும். நம் நாட்டில் ஐப்பசி மாதம் சதுர்த்தசி நாளன்று தீபஒளி கொண்டாடப்படுகிறது.

பண்டிதர் அயோத்திதாசர் பல்வேறு இலக்கியச் சான்றுகளைக் கொண்டு, தீப ஒளித் திருவிழாவுக்கு மற்றுமொரு கோணத்தில் விளக்கம் தருகிறார்.

பௌத்தம் இந்தியா முழுவதும் மக்களால் பின்பற்றப்பட்டு வந்த காலத்தில், பௌத்த பிக்குகள் இந்தியா முழுவதும் சென்று மக்களுக்குப் பௌத்தத்தை போதித்து வந்ததோடு, பௌத்த மடங்களான விகார்களிலிருந்தும் தம்மத்தைப் போதித்து வந்தனர்.

பௌத்த மடங்களில் தங்கியிருக்கும் பிக்குகள் போதனை மட்டுமின்றி, மருத்துவம், அறிவியல், வானவியல், வேளாண்மை உள்ளிட்ட புலங்களிலும் ஆய்வுப் பணிகளையும் மேற்கொண்டனர். அந்த ஆய்வின் முடிவுகளையும், கண்டுபிடிப்புகளையும் மக்களிடமும் கொண்டு சேர்த்தார்கள்.

மக்களிடம் விரைவாகச் சேர்ப்பதற்காகத் தாங்கள் தங்கியிருக்கும் மடம் அமைந்துள்ள நாட்டின் அரசனிடம் முறையான சான்றுகளுடன் தத்தமது கண்டுபிடிப்புகளைக் காட்டிச் செயல்முறை விளக்கங்களுடன் முடிவுகளை விளக்கிக் கூறுவர். பின்னர் அரசனின் இசைவு பெற்று, அக்கண்டுபிடிப்புகளை மக்களிடம் விரைவாகக் கொண்டு சேர்த்தனர். இந்த வழக்கம் இந்தியத் துணைக் கண்டம் முழுவதும்

கடைப்பிடிக்கப்பட்டதென்பதை, குறிப்பாகத் தமிழ்நாட்டில் நடந்த கண்டுபிடிப்பைக் கொண்டு பண்டிதர் அயோத்திதாசர் வெளிப்படுத்தியிருக்கிறார்.

நெய் கண்டுபிடித்தல்

தென்னாட்டில் "பள்ளி" எனும் நாட்டின் பௌத்த மடத்தில் இருந்த பிக்குகள் "எள்" எனும் விதைகளைக் கண்டுபிடித்தார்கள். பிறகு, எள் விதையிலிருந்து, நெய்யை (கவனிக்கவும், நெய் என்பது தமிழில் பொதுப்பெயராக வழங்கும் சொல். அச்சொல்லுக்கு முன் சேர்க்கப்படும் பெயரே அது எந்த நெய் என்பதைக் காட்டும்) வடித்து, அதன் குணங்களையும், மருத்துவப் பயன்களையும் கண்டறிந்தார்கள். அந்த நெய்தான் தலை தொடர்பான நோய்கள், சுரங்கள், மேகநோய், சேத்மம், சாமரோகம், எலும்புருக்கி, ஈளை உள்ளிட்ட நோய்களைக் குணப்படுத்துவதுடன், சிறந்த மலமிளக்கியுமாகும் என்றும் கண்டறிந்தனர். அந்த எள் நெய்யைத் தலையில் தேய்த்துத் தலை மூழ்கினால் இப்பயன் கிடைக்கும் என்பதையும், அந்த எள் நெய்யில் பலகாரங்களைச் செய்யலாம் என்பதையும் கண்டறிந்தார்கள்.

இதன் பிறகு, பள்ளி நாட்டை ஆண்ட அரசனான பகுவன் என்பவரிடம் பிக்குகள் சென்று எள்ளையும், நெய்யையும் காட்டி அதன் பயன்களை விளக்கியதால், எள்ளின் மகிமையை உணர்ந்த மன்னன் பகுவன் எள்ளினை அதிகளவில் விளைவிக்கச் செய்தான். எள் விதையிலிருந்து நெய்யெடுத்து, அதனைத் தன் நாட்டு மக்கள் தலையில் தேய்த்துக் கொண்டு, பள்ளி நாட்டின் தலைநகரில் ஓடிக்கொண்டிருந்த "தீபவதி" ஆற்றில் குளிக்க வேண்டுமெனக் கட்டளையிட்டான். அதன்பிறகு பௌத்தப் பிக்குகள் மூலம் எள்நெய்யை மக்களின் பயன்பாட்டிற்குக் கொண்டுவந்தான். அந்த எள் நெய் மக்களுக்குப் பெரிதும் உதவியதால், பிக்குகளால் அந்நெய் நல்லெண்ணெய் (நல் + எள் + நெய்) எனப் பெயரிடப்பட்டு அழைக்கப்பட்டது.

நல் + எள் + நெய் என்றழைக்கப்படும் நல்லெண்ணெயைத் தலையில் தேய்த்து ஐப்பசி மாதம் சதுர்த்தசி நாளன்று தீபவதி ஆற்றில் குளித்ததோடு இணைத்து, தீபவதிக் குளியல் நாள் என வழங்கி வந்தார்கள் என்பது "பெருந்திரட்டு" எனும் பண்டையத் தமிழ் நூலில் "பாண்டிப் படலம்" எனும் அத்தியாயத்தில் குறிப்பிடப்பட்டுள்ளதை

அயோத்திதாசப் பண்டிதர் சான்றுக்காக விளக்கியுள்ளதை நாம் நினைவுபடுத்திக் கொள்ளவேண்டியுள்ளது.

இது மட்டுமின்றி, தீபவதிக் காலத்தில் மேற்கொள்ளப்படும் விரதத்தைப் பற்றி குறிப்பிடும்போது, அது ஐந்தொழுக்கக் கொள்கைகளான கொலை செய்யாமை, களவு செய்யாமை, மது அருந்தாமை, பிறன் மனை விழையாமை, பொய் சொல்லாமை ஆகியவற்றை மக்கள் தமது வாழ்நாளில் கடைப்பிடிக்க வேண்டுமென்பதற்காக, அவற்றை விரதமாக மேற்கொண்டு வந்தனர் என்பதையும் பண்டிதர் விளக்கியுள்ளார்.

அக்காலத்தில் மக்களுக்குப் பயன்படக்கூடிய பொருளைப் பௌத்தப் பிக்குகள் கண்டுபிடித்த நாளைக் கொண்டாடும் விதமாக ஒவ்வொரு ஆண்டும் அந்நாளில் விழா எடுக்கப்பட்டது. பிக்குகள் புதிய கண்டுபிடிப்பு நிகழ்த்தியதால், தீபஒளி நாளை அறிவொளி தினம் என்று பௌத்தம் கொண்டாடுகிறது. எனவே, எள்நெய் கண்டுபிடிக்கப்பட்டதாகக் கூறப்படும் இதே சதுர்த்தசி நாளில்தான் இப்போதும் தீபவதிப் பண்டிகை (தீபாவளி) கொண்டப்படுகிறது என்பது கவனிக்கதக்கது.

இவ்வாறு சதுர்த்தசி பல வகைகளில் பௌத்தத்துடன் தொடர்புடையதாக உள்ளது. ஒன்று கௌதம புத்தரின் கனவு, இரண்டு சிரவண சங்கத்தைச் சேர்ந்த அருகன் (முருகன்) பிறந்த விசாக தினம், மூன்றாவதாக திருவள்ளுவ நாயனார் பரிநிப்பாண தினம், நான்காவது தீப ஒளித் திருநாள் . இந்நான்கும் சதுர்த்தசி தினத்தில் வருவதாலும், இந்தத் தினத்தில் வீரராகவக் கோவிலில் சிறப்புப் பூசை நடைபெறுவதாலும், இப்பண்பாட்டுக் கூறுகளை அடிப்படையாகக் கொண்டு வீரராகவக் கோவில் முந்தைய காலத்தில் பௌத்தக் கோவிலாக இருந்தது என்பதும் வள்ளுவ நாயனார் தம்மம் பரப்பி மக்களுக்குச் சித்த வைத்தியம் செய்து பரிநிப்பாணம் அடைந்ததாகக் கூறுவதும் உண்மைதான் எனக் கருத இடமுண்டு.

மாவலி தானம்

வீரராகவக் கோவிலின் நுழைவுவாயில் பகுதியில் மாவலி தான நிகழ்வு இப்போதும் நடைபெறுகிறது. குழந்தை இல்லாத பெண்கள் குழந்தை வரம் வேண்டிக் கோவிலின் முன்பு நின்றுகொண்டு பிச்சை

எடுக்கிறார்கள். மாவலி அமாவாசி தினத்தில் குழந்தை வரம் வேண்டிக் காலை முதல் மாலை வரை பிச்சை எடுத்துக் கிடைத்த பணத்தைக் கோவில் உண்டியலில் போடுகிறார்கள். அவ்வாறு பெண்கள் பிச்சை கேட்கும்போது, "மாவலி தானம் செய்யுங்கள்" என்றுதான் பிச்சை கேட்பார்கள்.

மாவலி அமாவாசி தினத்தில் முன்னோர்களுக்குத் திதி கொடுக்க வருபவர்கள் தானம் கொடுத்தால், நமது முன்னோரான மாவலியே பிறப்பார் என்ற நம்பிக்கையை, இப்பிச்சை கேட்டல் நிகழ்வில் அப்பெண்கள் வெளிப்படுத்துகிறார்கள்.

வைத்தியர்

நாட்பட்ட நோய்கள் குணமாவதற்கும் இங்கு வேண்டுதல் செய்கிறார்கள். காரணம், பெருமாள் ஒரு காலத்தில் மருத்துவம் செய்துவந்தாகச் சொல்லப்படுகிறது. இதனால் கோவில் குளத்தில் சக்கரை மற்றும் உப்பைக் கரைக்கிறார்கள். அது கரைவது போல, நம் உடல் மற்றும் உள்ளத்தின் வலிகள் நீங்கும் என்பது வெகுமக்கள் நம்பிக்கை. இதனால் பெருமாளை வைத்தியநாதப் பெருமாள் என்ற சிறப்புப் பெயரிலும் அழைக்கிறார்கள்.

பெரும்பாலும், பௌத்தப் பிக்குகள் சிறந்த சித்த மருத்துவர்களாக இருந்ததற்குப் பௌத்தம் உருவாக்கிய திரிகடுகம் நூலே சான்று. மேலும், இங்கே தங்கியிருந்ததாகக் கூறப்படும் வள்ளுவ நாயனார் மருந்து என்ற தனி அதிகாரமே எழுதியுள்ளார் என்பதும் குறிப்பிடத்தக்கது. வள்ளுவ நாயனார் மக்களுக்கு மருத்துவம் செய்ததையே வைத்தியநாதப் பெருமாள் என்ற பெயரில் வைணவர்கள் பெருமாளுக்கு உரியதாக மாற்றியிருக்கிறார்கள்.

> நோய்நாடி நோய்முதல் நாடி அதுதணிக்கும்
> வாய்நாடி வாய்ப்பச் செயல். (திரிக்குறள்)

நோய் இன்னதென்று ஆராய்ந்து, நோயின் காரணம் ஆராய்ந்து, அதைத் தணிக்கும் வழியையும் ஆராய்ந்து, உடலுக்குப் பொருந்தும்படியாக மருத்துவம் செய்யவேண்டும் என்று வள்ளுவர் கூறுகிறார்.

நோயின் மூலத்தை ஆராய்ந்து மருத்துவம் செய்ய வேண்டும் எனக் கூறுவதன் மூலம் வள்ளுவ நாயனாரே சித்த மருத்துவர் என்றும் புரிந்துகொள்ளலாம். இதன் காரணமாக வள்ளுவருக்கு வைத்தியர் என்ற பெயர் வருவதும் இயல்பே. இந்தப் பெயரையே பிற்காலத்தில் வீரராகவப் பெருமாளுக்கு உரியதாக மாற்றிக் கதைகளைக் கட்டமைத்து இருக்கிறார்கள் என்பதையும் நாம் உணரமுடிகிறது.

மாவலி அமாவாசி

மாவலி அமாவாசி வீரராகவக் கோவில் குளக்கரையில் சிறப்பாக நடைபெற்று வருகிறது. குளக்கரையில் திதி கொடுப்பதற்குப் பிராமணர்கள் மற்றும் வள்ளுவர்கள் இருப்பார்கள். பெரும்பாலும் உயர் சாதியினர் பிராமணர்களிடமும் ஒடுக்கப்பட்ட மக்கள் வள்ளுவர்களிடமும் திதி கொடுக்கிறார்கள். வள்ளுவர்களும் பிராமணர்களும் செய்யும் சடங்கில் சில முக்கிய வேறுபாடுகளும் உள்ளன.

வள்ளுவர்கள் சாங்கியத்துக்கு எள் கலந்த நீரைப் பயன்படுத்துகிறார்கள். சடங்கைத் தொடங்கும்போது வள்ளுவரே போற்றி என்றும், திதி கொடுத்துக் கொண்டிருக்கும்போது இடையில் முன்னோர்கள் சௌமிய மரபைச் சேர்ந்தவர்கள் என்றும், இறுதியாக அறிந்தும் அறியாமலும் தெரிந்தும் தெரியாமலும் செய்த சகல குற்றங்களை, ஏழு தலைமுறைப் பாவங்களை மன்னித்து, எங்களின் தானத்தை ஏற்றுக்கொள்ள வேண்டும் என்றும் கூறி சிரார்த்தச் சடங்கை முடிக்கிறார்கள்.

வள்ளுவனே போற்றி என்று சொல்லிச் சடங்கைத் தொடங்குவதன் மூலம் வீரராகவக் கோவிலுக்கும் வள்ளுவ நாயனாருக்கும் உள்ள தொடர்பை நாம் உணரலாம். ஏனெனில், மற்ற இடங்களில் நடைபெறும் சிரார்த்தச் சடங்கில் வள்ளுவனே போற்றி என்று கூறுவது இல்லை என்பது குறிப்பிடத்தக்க அம்சம். வள்ளுவர் இங்கு வாழ்ந்தார் என்பதை இதன் மூலம் துணிந்து கூறலாம். சிரார்த்தம் கொடுப்பவர்களைச் சௌமிய மரபு என்று கூறுவது நமக்கு முக்கியத்துவம் வாய்ந்ததாக உள்ளது. ஏனெனில், சௌமியம் என்பதற்குச் சிரமண அல்லது சமணத் துறவி என்று பொருளுரைக்கிறது தமிழ் அகராதி.

பெருமாளுக்குச் சௌமிய என்ற பெயரும் உண்டு. சௌமியப் பெருமாள் என்ற பெயரில் பெருமாள் கோவிலொன்று சென்னையில் உள்ளது. திருக்கோஷ்டியூர் பெருமாள் கோவிலின் பெயர் சௌமிய நாராயணன் என்பதாகும்.

மால் என்பது புத்தரைக் குறிக்கும் சொல். இங்கு பெருமாள் என்பதற்குச் சிரமணர் என்று பொருள். ஆக, சௌமிய மரபு என்று சொல்வதன் மூலம் முன்னோர்கள் பௌத்தக் கருத்துக்களைப் பின்பற்றியவர்கள் எனப் புலனாகிறது. சிரார்த்தத்தில் எள் கலந்த தண்ணீரைப் பயன்படுத்துவது முன்னோர்கள் எள்நெய் கண்டுபிடித்தவர்கள் என்பதை மறைபொருளாக உரைக்கிறது. சௌமிய மரபு என்று சொல்வதன் மூலம் வேறொன்றையும் கூடுலாகப் புரிந்துகொள்ளலாம். மாவலி அமாவாசி என்பது சிரவண சங்கத்தின் முன்னோர்களை வணங்கும் விழா என்பதுதான் அது.

-13-

கௌதம புத்தர் காலத்தில் மகத நாட்டின் பெரிய ஆறு நகரங்களில் ஒன்றாக சிராவஸ்தி விளங்கியது. தற்போது உத்திரப் பிரதேசம் மாநிலத்தின் சிராவஸ்தி மாவட்டத்தில் இந்நகரம் அமைந்துள்ளது. இந்த நகரத்துடன் புத்தருக்கு நெருங்கிய தொடர்பு இருந்திருக்கிறது. வைசாலி நகரத்தை விட்டு சிராவஸ்தி நகரத்தில் வந்து தங்கியிருந்த காலத்தில், அனாதபிண்டிகன், விசாகா முதலியோர் அவருக்கு உதவினார்கள்.

சிராவஸ்தி நகரத்தின் தேஜவனத்தில்தான் இருபத்து நான்கு முறை சாதுர்மாஸ்ய விரதங்களை புத்தர் மேற்கொண்டார். மேலும், அங்கு தங்கியிருந்த காலத்தில் நான்கு பௌத்த தரும நிக்காயங்களையும் அருளிச் செய்தார். பிறகு, புத்தர் தியானம் செய்வதற்கும், மக்களுக்கு நல்லறங்களை உபதேசிப்பதற்கும் அனாதபிண்டிகன் என்ற பெரும் வணிகன் தேஜ வனத்தில் (வேணு வனம்) அமைத்த பூங்கா ஒன்றைத் தற்போது தொல்லியல் ஆராய்ச்சித் துறையின் அகழ்வாராய்ச்சி மூலம் கண்டறிந்துள்ளனர்.

சிராவஸ்தி நகருடன் புத்தருக்கு இருந்த இந்த அளவிற்கான நெருக்கம் பௌத்த வளர்ச்சிக்குப் பெரும் பங்காற்றியுள்ளது. ஏற்கனவே சொன்னது போல், புத்தர் இங்கு இருபத்தி நான்கு முறை சாதுர்மாஸ்ய விரதங்களை மேற்கொண்டார். சாதுர்மாஸ்ய விரத முறை என்பது பௌத்தப் பிக்குகள் குளிர்காலத்தில் நான்கு மாதங்கள் ஒரே இடத்தில்

தங்கி திரிபிடகக் கருத்துக்களைப் படிப்பதும், தியானம் செய்வதுமாகும். இவ்விரதம் ஆடி பௌர்ணமி தொடங்கி ஐப்பசி பௌர்ணமி வரை பௌத்தப் பிக்குகளால் கடைபிடிக்கப்பட்டது. இந்த நான்கு பௌர்ணமி தினத்தையும் இலங்கையில் "போயா தினம்" என்று கொண்டாடுகிறார்கள். மேலும், இம்மாதங்கள் குளிர்காலங்கள் என்பதால், பிக்குகளுக்குச் சீவர தானம் வழங்கும் நடைமுறையும் இன்றளவும் இலங்கையில் உள்ளது.

வேணுவனமும் புத்தரும்

சிராவஸ்தி என்னும் வேணு வனப் பகுதியில் புத்தர் தங்கி தியானம் செய்து தம்மக் கொள்கையை பரப்பியதால், பிற்காலத்தில் புத்த விகார்களுக்கு வேணு வனம் என்றும் பெயர் வழங்குவது வழக்கத்திற்கு வந்தது. அதன்படி வேணு என்ற சொல்லைப் பிக்குகளின் பெயர்களுடன் சேர்த்து வைக்கிற மரபும் இருந்தது.

"பௌத்தமும் தமிழும்" என்ற தனது நூலில், "சோழநாட்டில் இருந்த பௌத்த ஊரான பூதமங்கலத்தில் வேணுதாசர் என்பவரால் "பௌத்தப் பள்ளி" ஒன்று அமைக்கப்பட்டிருந்ததை"ப் பற்றிக் குறிப்பிடுகிறார், மயிலை சீனி.வேங்கடசாமி. பௌத்த நகரமான திருநெல்வேலிக்குப் புராணங்களில் வேணு வனம் என்ற பெயரும் இருந்ததென்று சொல்லப்படுகிறது.

"திருநெல்வேலியின் பழைய பெயர் பௌத்த ஊரா?" என்ற தனது கட்டுரையில், "வேணு வனத்தில் இருந்து தியானம் செய்ததால், வேணு புத்தா என்ற பெயரும் புத்தருக்கு இருந்திருக்கிறது" எனக் குறிப்பிட்டிருக்கிறார், பேராசிரியர் ஜெயபிரகாஷ்.

ஜெயமோகன் "இரு தீவுகள் ஒன்பது நாட்கள்" என்ற தனது பயணக் கட்டுரைத் தொகுப்பில், இந்தோனேஷியாவின் ஜாவாவில் உள்ள மெண்டுட் என்னும் புத்தர் ஆலயத்துக்கு வேணு வனம் என்ற பெயர் இருந்திருப்பதைக் குறிப்பிடுகிறார். வேணு என்னும் சொல் மூங்கிலைக் குறிக்கிறது என்றும் ஜெயமோகன் கூறுகிறார். இன்றும் தமிழகத்தின் பல கோவில்களின் தலவிருட்சம் மூங்கில் மரமாக உள்ளது குறிப்பிடத்தக்கது. இவை முன்பு பௌத்த விகார்களாக இருந்து பின்னாட்களில் சைவ, வைணவக் கோவில்களாக மாற்றம் பெற்றதைக் காட்டும் எச்சம் என்று கூறலாம்.

சிரா

இதே போன்று சிராவஸ்தி என்ற பகுதியிலிருந்து தியானம் மற்றும் தம்மக் கருத்தை புத்தர் பரப்பியதால், பிற்காலத்தில் தம்மக் கருத்தைப் பரப்பிய புத்த சங்கத்துக்கு அந்நகரத்தின் நினைவாகச் சிராவண சங்கம் என்றும், புத்த மதத்து இல்லத்தார்களுக்குச் சிராவகன் என்றும், புத்தரின் பாதத்துக்குச் சிரவண பாதம் என்றும், இறந்த புத்த சங்கத் துறவியை வணங்கி நினைவு கூறுவதற்குச் சிரார்த்தம் என்றும், இன்ப துன்பங்களைச் சமமாகக் கடப்பவருக்கு சிரமணர் (சிராமணர்) என்றும் பெயர்கள் உருவாயின.

இதனையொட்டியே சிரவண விரதம், புத்த (சிரவண) துவாதசி, சிரவண சுண்டல், சிரவண மாதம், சிரவண நட்சத்திரம், வைசிரா, வியசிரா என்றபடியாகச் சிரவண என்ற சொல்லைக் கொண்ட மாபெரும் மரபுத் தொடர்ச்சியைப் பௌத்தம் உருவாக்கியது. இதன் தொடர்ச்சியாக சிரா என்ற சொல் பௌத்தம் தழைத்து விளங்கிய ஊர்களுக்கு வழங்கும் மரபும் பௌத்தத்தில் இருந்துள்ளது. சிராபள்ளி, சிராவயல், சிராந்தூர், சிராபுரம் என்பவை அதற்கான உதாரணங்கள். சிரா என்ற சொல்லைப் பௌத்தத் துறவிகள் தங்கள் பெயர்களோடு இணைத்து வைத்துக் கொள்ளும் மரபும் உருவாகியிருக்கிறது.

திருச்சிராப்பள்ளி என்றழைக்கப்படும் திரிசிராப்பள்ளியின் மலைக்கோட்டை குகையில், சமண முனிவர்கள் வாழ்ந்ததற்கு அடையாளமாக வரிசையாய்க் கற்படுக்கைகள் இப்போதும் இருக்கின்றன.

அது மட்டுமல்லாமல், அந்தக் கற்படுக்கைகளில் துறவிகளின் பெயர்கள் பொறிக்கப்பட்டுள்ளன. இக்குகையில் தங்கிச் சமயப் பணியாற்றிய ஒரு துறவியின் பெயர் சிரா. இவரது பெயரால்தான் இவ்வூர் சிராப்பள்ளி என அழைக்கப் பெற்றதாக ஆய்வாளர்கள் கருதுகின்றார்கள்.

சிராவண அய்யனார்

நாகை மாவட்டம், சீர்காழி வட்டம், பூம்புகார் நெய்தவாசல் கிராமத்தில் சிராவெட்டி அய்யனார் ஆலயம் உள்ளது. இந்த அய்யனார்

பற்றி மூன்றுவிதமான கதைகள் சுற்றுவட்டாரப் பகுதிகளில் கூறப்படுகின்றன.

முதல் கதை

பல வருடங்களுக்கு முன் இப்பகுதி காடாக இருந்தது. அந்தக் காட்டில் ஒருவன் தினமும் மரத்தை வெட்டி விறகாக்கிக் காயவைத்து, அருகிலிருந்த ஊர்களில் விற்று வாழ்க்கை நடத்தி வந்தான். ஒருநாள் வழக்கம் போல் ஒரு மரத்தை வெட்டி, விறகாகப் பிளந்து காயவைத்துவிட்டுச் சென்றான். அடுத்த நாள் வந்து பார்த்தால், அங்கு விறகு இல்லை. வெட்டப்பட்ட இடத்தில் மீண்டும் மரம் காட்சி தர, ஆச்சரியம் அடைந்து வீடு திரும்பினான். அன்றிரவு அவனுடைய கனவில் அய்யனார் தோன்றி, "இந்த மரம் இருந்த இடத்தில் எனக்கொரு கோயில் எழுப்புங்கள். அங்கு வந்து என்னை வழிபடுவோரின் குறைகளைப் போக்கி நல்லருள் புரிவேன்" எனக் கூறினார்.

இந்த விஷயத்தை அவர் ஊர் மக்களிடம் தெரிவிக்க, அதன்படி அமைக்கப்பட்டதே இந்த ஆலயம் என்று கூறுகிறார்கள்.

கருவறையில் உருவச் சிலைகள் இல்லாமல், மூன்று கற்களை மட்டுமே வைத்து அய்யனாராக வழிபடுகிறார்கள். விறகு வெட்டிய இடத்தில் உருவான கோயில் என்பதால், இவர் சிராவெட்டி அய்யனார் என்றே அழைக்கப்படுகிறார். குழந்தைப் பேறு கிடைக்கவும், திருமணத் தடை நீங்கவும் மக்கள் பௌர்ணமி நாட்களில் வணங்கிச் செல்வது மரபாக உள்ளது. சித்ரா பௌர்ணமி தினத்தில் சிறப்புப் பூசைகள் நடைபெறுவது இக்கோவிலின் சிறப்பம்சம்.

இரண்டாம் கதை

ஒரு காலத்தில் சிரா என்ற சன்னியாசி வனப் பகுதியில் வாழ்ந்து வந்ததாகவும், அவர் இறக்கும்போது கல் வடிவிலான அய்யனாராக மாறியதாகவும் கூறுகிறார்கள். சிரா என்ற சன்னியாசி வனப் பகுதியில் வாழ்ந்து அய்யனாராக மாறினார் என்பதால், சிராவண அய்யனார் என்று பெயர் பெற்றதாகவும் கூறுகிறார்கள். (சிரா, சிரவண மரபோடு தொடர்புடையது என்பதை இவ்விடத்தில் நினைவில் நிறுத்திக் கொள்ள வேண்டும்)

இதே போன்ற கதை புத்தமங்கலத்திலும் வழங்கப்படுகிறது. வலையப்பச் செட்டியார் வளையல் விற்று வந்த அசதியில் உட்கார்ந்து இருக்கும்போதே சிலை வடிவிலான அய்யனாராக மாறினார் என்று கூறப்படுகிறது. அய்யனாருக்கு புத்தர் என்ற பெயரும் உண்டென்று கூறுவதும் இங்கு நினைவில் கொள்ளத்தக்கதாகும். மேலும், புத்தமங்கல புத்தர், வலையப்பச் செட்டி அய்யனார் என்ற பெயரில் இன்றும் அழைக்கப்படுகிறார் என்பதையும் இணைத்து நோக்க வேண்டும்.

மூன்றாவது கதை

சிலப்பதிகாரத்தில் கண்ணகியின் தோழியாக வருபவர் தேவந்தி. தமது குலதெய்வமான சம்பாபதி அம்மன் கோவிலுக்கு தேவந்தியின் குடும்பம் சென்றபோது குழந்தைகளைச் சதுக்க பூதங்கள் விழுங்கியதாகவும், பிறகு சம்பாபதி அம்மனிடம் வேண்ட, "உனக்கு அய்யனாரே குழந்தையாகப் பிறப்பார்" என்று சம்பாபதி அம்மன் வரம் கொடுத்ததாகவும் கூறுகிறார்கள். இந்த அய்யனாரைச் சிரம் கொய்த அய்யனார் என்றும், அய்யனார் இருக்கும் இடத்தின் பழைய பெயர் முல்லை வனக் கோட்டம் என்றும் சிலப்பதிகாரம் கூறுவதாகக் கோவில் பூசாரி கூறுகிறார்.

நாம் இந்த மூன்று கதைகளிலும் சில ஒற்றுமைகளைப் பார்க்க முடிகிறது. அவற்றைக் கொண்டு ஒரு முடிவுக்கு வர முடிகிறது.

மூன்றிலும் அய்யனார் மற்றும் சிரா என்ற வார்த்தைகள் இடம்பெற்றுள்ளன. அய்யனாருக்கு அவரின் தன்மையை வெளிப்படுத்தும் சிரா என்ற சமணத் துறவியின் பெயரைப் பயன்படுத்துவதன் மூலமும், சிராவண என்ற காரணப் பெயரை கொண்டு அழைக்கப்படுவதாலும், அய்யனார் சிரவண மரபை அல்லது சிரவண சங்கத்தைச் சேர்ந்தவர் என்பது புலனாகிறது. மணிமேகலையின் குலதெய்வமான சம்பாபதி அம்மன் அய்யனாரை உருவாக்கியதாகக் கூறுவதும் பௌத்தத்துக்கும் அய்யனாருக்கும் உள்ள தொடர்பை நாம் புரிந்துகொள்ள உதவுகிறது.

புத்தருக்கு அய்யனார் என்ற பெயர் புத்தமங்கலத்தில் வழங்குவதையும், தியாகனூர் அருகேயுள்ள ஆரகளூர் சிவன் கோவிலில் கேரள அய்யப்பன் சுவாமியே தமிழகத்தில் அய்யனாராகத் தோற்றம்

அளிக்கிறார் என்று குறிப்பிட்டுச் சிலை வைக்கப்பட்டுள்ளது என்பதையும், ஐயப்பனுக்கு சாஸ்தா, சாத்தன் என்ற வேறு பெயர்கள் இருப்பதையும் கவனத்தில் கொணர்ந்து இக்கருத்தைப் பொருத்தி பார்க்க வேண்டியுள்ளது.

சிரவணன், அய்யனார், சாஸ்தா, சாத்தன், அய்யப்பன், புத்தர் ஆகிய பெயர்கள் ஒன்றின் மாற்றாக மற்றொன்று வெவ்வேறு காலக் கட்டங்களிலும் வெவ்வேறு இடங்களிலும் ஒரே பொருளில் பயன்படுத்தப்பட்டுள்ளதை நாம் புரிந்துகொள்ளலாம். புத்தர் சிராவஸ்தி நகரில் தங்கித் (தற்போது தொல்லியல் துறையால் உறுதிப்படுத்தப்பட்டுள்ளது) தம்மக் கருத்துக்களைப் பரப்பியதால், சிரா, சிரபுரம், சிராபுரம், சிராபள்ளி என்ற பெயர்கள் புத்த விகார்கள், புத்த பிக்குகள் மற்றும் புத்தக் கொள்கைகளைப் பின்பற்றும் மக்கள் வாழும் இடங்களைக் குறிப்பிடுவதற்குப் பயன்படுத்தப்பட்டிருப்பதை நாம் புரிந்து கொள்ளலாம்.

சட்டைநாதர் கோவில் அமைப்பு மற்றும் கரைவழி ஆட்கள்

சட்டைநாதர் கோவில் அமைந்திருக்கும் சீர்காழிக்கு வழங்கும் பன்னிரண்டு பெயர்களுள் வேணுவனம், சிராபுரம் ஆகியவையும் அடங்கும். மூங்கில் மரத்தடியில் புத்தர் தியானம் செய்தார் என்ற பொருளில் வேணு வனம் (மூங்கில் வனம்) என்ற பெயர் பௌத்தத்தில் முக்கிய குறியீடாக உள்ளது. சிராபுரம் என்பது புத்த விகார்கள் இருக்கும் ஊர்களுக்கு வழங்கும் சிறப்புப் பெயராக வழங்கப்பட்டதையும் பார்த்தோம். சீர்காழி கோவிலின் தலவிருட்சம் மூங்கில் (வேணு). இதன் காரணமாகவே இந்த ஊர் வேணு வனம் என்ற பெயரைப் பெற்றிருக்க வேண்டும்.

மேலும், சட்டைநாதர் கோவிலின் கருவறை வட்ட வடிவத்தில் இருந்திருக்கிறது. இது முற்காலத்துக் கோயில் என்பதை இந்த வட்ட வடிவக் கருவறை அமைப்புக் கொண்டு புரிந்துகொள்ள முடியும். இந்த வட்ட வடிவம் என்பதைக் கோட்டம் என்று அழைப்பர்.

மாடி அமைப்பில் உள்ள கருவறைக் கோவில்களில் இருக்கும் பிரச்சனை என்னவென்றால், சைவமும் வைணவமும் புத்த விகார்களைக் கைப்பற்றியதும் மூலவரின் தன்மையை மாற்றுவதற்கு மேல்தளம்

நீலம் | 81

அமைத்து, கீழே இருக்கும் மூலவரை மறைக்கும் முயற்சியில் ஈடுபடுவர். சீர்காழியிலும் அவ்வாறே நடந்துள்ளது. ஆனால், கருவறை தாமரை வடிவில் இருப்பதால், அப்படிச் செய்யமுடியாமல் செயற்கையான படிகளை உருவாக்கி, உச்சியில் மூலவர் சட்டைநாதரை உருவாக்கி வைத்துப் பௌத்த அடையாளங்களை மாற்றியிருப்பது இப்போதைய கட்டிட அமைப்பைக் கவனித்தால் நமக்கு எளிதில் விளங்கிவிடும்

தாமரை பௌத்தத்தின் குறியீடு. கோவிலின் பூர்வாங்கப் பெயர் சட்டைநாதர் இல்லை என்றும், சாரநாத் என்பதுதான் பெயர் என்றும் கருத்துகள் நிலவுகின்றன. எனவே, வட இந்தியாவின் சாரநாத்தை முன்மாதிரியாகக் கொண்டே இக்கோயில் கட்டப்பட்டதாகவும் சொல்லப்படுகிறது.

இவை தவிர, கோயிலின் பத்திரத்தில் கோயில் பெயர் சாம்பவர் கோவில் என்று உள்ளதாகவும் கூறுகிறார்கள். கோவிலின் வடக்குப் பிரகார நுழைவாயில் தூணில் புடைப்புச் சிற்பமாக அய்யப்பன் இருக்கிறார். இந்தச் சிற்பத்தை மச்சமுனி, சாஸ்தா என்ற பெயர்களில் அழைக்கிறார்கள். இரண்டு பெயர்களுமே புத்தரைக் குறிப்பவை என்பது குறிப்பிடத்தக்கது. வருடாவருடம் அய்யப்ப பக்தர்கள் இங்குள்ள சாஸ்தா சிலையை வணங்கிவிட்டு மாலையிடுவதை வழக்கமாகக் கொண்டுள்ளனர். இந்தப் பழக்கம் சட்டைநாதர் கோவிலுக்கும் அய்யப்பன் கோவிலுக்கும் உள்ள தொடர்பைக் கூறுகிறது. மேற்கண்ட தகவல்களைக் கோர்வையாகத் திரட்டிப் பார்க்கும்போது, இக்கோவில் முன்பொரு காலத்தில் பௌத்த விகாராக இருந்தற்கான வாய்ப்புகளை நாம் உணரலாம்.

கரைவழி ஆட்கள்

சட்டைநாதர் கோவிலுக்கு அருகில் இருக்கும் தெரு கோவிலாந்தெரு. இந்தத் தெருவில் இருக்கும் ஆட்களைக் கொண்டே கோவிலின் எல்லா விழாக்களும் மற்றும் முக்கிய நிகழ்வுகளும் நடைபெறுகின்றன. அவர்கள் இல்லாமல் கோவில் சார்ந்த எந்த நிகழ்வும் நடைபெறாது. கோவிலாந்தெரு ஆட்களுக்குக் கரைவழி ஆட்கள் என்று பெயர். கரைவழி ஆட்கள் மொத்தம் எழுபத்தி இரண்டு நபர்கள் இருக்கிறார்கள். அதில் பன்னிரண்டு நபர்களுக்கு ஒரு தலைவர் என்று ஆறு

தலைவர்களும், எல்லாவற்றுக்கும் சேர்த்து ஒரு தலைவரும் இருக்கிறார். இந்தக் கரைவழி ஆட்கள் அனைவருமே தலித்துகள் என்பதை நாம் கவனிக்கவேண்டியுள்ளது.

கரைவழி ஆட்களைக் கொண்டே கோவிலின் சிறப்பு நிகழ்வான திருமுலைப்பால் விழா நடைபெறுகிறது. திருமுலைப்பால் நிகழ்வின் ஒவ்வொரு நாளையும் ஒவ்வொரு சமூகத்துக்கு ஒதுக்கும்போது, எட்டாவது தினத்தில் நடக்கும் தேர்த் திருவிழா கரைவழி ஆட்களுக்கு மட்டுமே உரிமையுடையதாகும். அதாவது, அத்தினத்தில் வீதியுலா வரும் தேரை இழுப்பது கரைவழி ஆட்கள் மட்டுமே. கரைவழி ஆட்களின் குடும்பத்தில் ஆண் குழந்தை பிறந்தால், குழந்தைக்கு முதல் செவ்வெண்ணெய் கோவிலில் இருந்து பெற்று வழங்குவதே இன்றும் நடைமுறையில் இருக்கிறது. அதேபோன்று கரைவழி ஆட்களின் ஆண் குழந்தை திருமணத்திற்குப் "பொன்னம்பூ செய்வது" என்ற சடங்கைக் கோவில் நிர்வாகம் செய்கிறது. பொன்னம்பூ செய்வது சாங்கிய நிகழ்வு. ஒரு மரக்கால் நெல், ஒரு மாலை, தேங்காய், வாழைப்பழம், வேட்டி, சட்டை மற்றும் துண்டு என இவை அனைத்தையும் ஒரு தட்டில் வைத்துத் திருமணமாகும் ஆண் மகனுக்கு வழங்கும் நிகழ்வே பொன்னம்பூ செய்வது ஆகும்.

கரைவழி ஆட்களுக்குக் கோவில் நிர்வாகம் முப்பது வேலி நிலம் வழங்கியிருக்கிறது. கோவிலின் அருகில் உள்ள குளத்தையும் கோவிலாந்தெருக் குளம் என்றே கூறுகிறார்கள். அந்தக் குளம் கோவிலாந்தெருவில் வசிக்கும் கரைவழி ஆட்களுக்கே உரிமையுடையது. கோவிலுக்கும் தலித்துக்களுக்கு உள்ள இத்தகைய தொடர்புகளை நாம் பௌத்த பார்வையில் பார்த்தால், கரைவழி ஆட்கள் ஒரு காலத்தில் பௌத்தர்கள் என்பதையும், சட்டைநாதர் ஆலயம் பௌத்த விகாராக இருந்ததையும் யூகிக்க முடியும்.

சைவமும் மாவலி மன்னனும்

புராண காலத்தில் சீர்காழிக்கு வேறு பெயர்களாக பிரமபுரம், வேணுபுரம், தோணிபுரம், சிரபுரம் அல்லது சிராபுரம் என்றெல்லாம் பன்னிரண்டு சிறப்பு பெயர்கள் இருந்துள்ளன. இந்த ஆலயத்தில் ஆண்டுதோறும் மேலே சொல்லப்பட்ட திருமுலைப்பால் நிகழ்வு சித்திரை

மாதத்தில் நடைபெறுகிறது. இந்நிகழ்வு சித்திரை மாதம் திருவாதிரை நட்சத்திரத்தில் தொடங்கி உத்திராடம் நட்சத்திர நாளின் இரவு பூசையில் முடிகிறது. அதாவது, சிரவண நட்சத்திரம் தொடக்க நாளில் முடிகிறது. திருமுலைப்பால் நிகழ்வு சிறப்பாக நடைபெறும் பதினாறு நாட்களில், மூன்றாம் நாள் நிகழ்வும் எட்டாம் நாள் நிகழ்வும் கூடுதல் முக்கியத்துவம் வாய்ந்ததாக உள்ளன. இங்கே முக்கியத்துவம் கருதி முதல் நாள் நிகழ்வைப் பார்த்துவிட்டு, மூன்றாம் நாள் நிகழ்வையும் எட்டாம் நாள் நிகழ்வையும் பார்க்கலாம்.

முதல் நாள்

சைவத் தலங்களில் பெரும்பாலும் விழாக்கள் திருவாதிரை நட்சத்திரத்தில் தொடங்கும். இல்லையேல், திருவாதிரை நட்சத்திரத்தில் முடியும். இவ்வாறு இரண்டு முக்கிய நிகழ்வுகள் சட்டைநாதர் கோவிலில் நடைபெறுகிறது. திருமுலைப்பால் முதல் நாள் நிகழ்வு திருவாதிரை நட்சத்திரத்தில் தொடங்குகிறது. திருப்பாவை நோன்பு திருவாதிரை நட்சத்திரத்தில் முடிகிறது. திருப்பாவை நோன்பு சில சிவத் தலங்களில் ஆருத்ரா தரிசனம் என்று வேறு பெயரில் கொண்டாடப்படுகிறது. திருமுலைப்பால் விழா சித்திரை மாதமும், திருப்பாவை நோன்பு மார்கழி மாதமும் திருவாதிரை நட்சத்திரத்தில் நடைபெறுகின்றன.

அயோத்திதாசப் பண்டிதர் புத்தர் வாழ்க்கை வரலாறு குறித்து எழுதியிருக்கும் "புத்தரது ஆதிவேதம்" என்ற நூலில், புத்தர் திருவாதிரை நட்சத்திரத்தில் பரிநிப்பாணம் அடைந்ததை அருங்கலைச்செப்பு என்று நூலில் இருந்து எடுத்தாள்கிறார்.

"அருங்கலைச்செப்பு - பரிநிருவாணப்பத்து"லிருந்து

"உத்திராயண நிலயமுள்ளத்தொளியாய், சித்திரபானுக் கணிதஞ்சேர்.
அல்லும் பகலுமது வகன்ற உள்ளொளியாய்,
பல்லவத்திலே அமர்ந்தான் பார்.
அங்கத்தொளிருமந்த ரங்கவுள்ளொளியாய்க கங்கைக் கரையமர்ந்த சீர்.
சீர்சிறந்த செவ்வேள் சிரவொளிமெய்க் காண்டல்,
மார்கழியின் மாமதியமாம்.
துங்கநிலயத்துளி ரொளியங்காண்டல்,
மங்களவாரத்தின் மகிழ் குருவாகவந்தான்.
குளிர்ந்தவொளி திரண்டான் திருவாதிரை நாளிற் சீர்.
காரணமாய் நின்றான் கமலவொளி சிறந்தான்
பூரணைநாட் கொண்டான் புகழ்.
படியதிர்ந்தெங்கும் பணையுள்ளோளியாய் விடியர்காலத்தின் வெளிர்.
ஊழியது கடந்தான் உள்ளொளியாய்
நின்றான் நாழிகையையம்பத்தாறதாம்.
சீலம் நிறைந்த செவ்வொளியைக் கண்டார் கோலதுவே லக்கினமதாம்."

இப்பாடலில் புத்தர் மார்கழி மாதம் பௌர்ணமி நாளில் திருவாதிரை நட்சத்திரத்தில் மகாபரிநிப்பாணம் அடைந்ததாகக் கூறப்படுகிறது. புத்தர் இறந்ததாகக் கூறப்படும் திருவாதிரை நட்சத்திர தினத்தில்தான் திருப்பாவை நோன்பு அல்லது ஆருத்ரா தரிசனம் அல்லது திருவாதிரை நோன்பு நடைபெறுகிறது. சட்டைநாதர் கோவிலில் நடக்கும் நிகழ்வுகளை வரிசைப்படுத்தி ஒப்பிட்டுப் பார்க்கும்போது, சைவம் மாவலி மன்னனையொட்டி உருவாக்கியிருக்கும் கதைகள் மூலம் பௌத்த மன்னன் மாவலியை வீழ்த்தியதைத்தான் குறியீட்டுவழி விழாவாகக் கொண்டாடுகிறார்கள் என்று நாம் புரிந்துகொள்ளலாம்.

சட்டைநாதர் ஆலயத் திருமுலைப்பால் விழா திருவாதிரை நட்சத்திரத்தில் தொடங்கிப் பதினாறு நாட்கள் நடைபெறுகிறது. பொதுவாக, இறந்தவர்களுக்கான கரும காரியமும் பதினாறு நாட்கள் நடைபெறும். புதுச்சேரிக்கு அருகில் இருக்கும் அரிக்கமேடு (அருகன்மேடு) பகுதியில் புத்தரை பிரம்ம ரிஷி என்ற பெயரில் மக்கள்

வணங்கி வருகிறார்கள். அங்கும் திருவாதிரை நட்சத்திர நாளன்று சிறப்புப் பூசைகள் நடைபெறுகின்றன.

ஓணம் பண்டிகையின் பத்தாவது நாள் கைக்கொட்டிக் களி நடனம் பெண்களால் நடத்தப்படுகிறது. பெரிய குத்து விளக்கை மையமாக வைத்து வட்ட வடிவில் பெண்கள் பாரம்பரிய உடையான செட்டுமுண்டுவை அணிந்து மாவலியின் சிறப்புகளான தான, தர்மங்களைப் பற்றிப் பாடியபடியே நடனம் ஆடுகிறார்கள். கைக்கொட்டிக் களி நடனத்தைத் திருவாதிரைக் களி நடனம் என்றும் அழைக்கிறார்கள். திருவாதிரைக் களி நடனம் முன்பொரு காலத்தில் ஓணம் பண்டிகையை வரவேற்கும் விதமாக சிரவண மாதத்தின் திருவாதிரை நட்சத்திரத்தில் நடைபெற்றது. தற்போது சிரவண மாதத்தில் வரும் ஓணம் பண்டிகையின் பத்தாவது நாளில் நடைபெறுகிறது. சிரவண நட்சத்திர நாளில் திருவாதிரைக்களி நடனம் (ஓணம் பண்டிகை) சிரவணப் பண்டிகை தினத்தில் நடைபெறுவதை இங்கு சட்டைநாதர் கோவிலில் நடைபெறும் திருமுலைப்பால் (திருவாதிரை நட்சத்திரத்தில் நிகழ்வு தொடக்கம்) நிகழ்வுடன் ஒப்பிட்டுப் பார்க்கலாம்

மூன்றாம் நாள்

இந்நிகழ்வு பூச நட்சத்திரத்தில் நடைபெறுகிறது. கழுவேற்ற நாள், சமணர்கள் தோற்றோடும் நாள் என்று இரண்டு நிகழ்வுகள் மற்றும் சொற்பொழிவு என மூன்றும் இன்றைய தினத்தில் நிகழ்கின்றன. கழு மரத்திற்குச் சாணார் கழு என்று பெயரிட்டு அழைக்கிறார்கள். சாணார்கள் (சாரணர்கள்) ஒரு காலத்தில் சமண (பௌத்த) மதத்தைப் பின்பற்றியவர்கள் என்பதற்குச் சான்றாக இந்தச் சொல் அமைகிறது.

இந்தத் தினத்தில் கோவிலில் கூறப்படும் கதைகளில் ஒன்று மாவலிச் சக்கரவர்த்தியுடன் தொடர்புடையதாக உள்ளது. தானங்கள் பல செய்து நல்லாட்சி நடத்திவந்த மாவலி மன்னனைத் தேவர்களின் வேண்டுதலுக்கு இணங்க அழிக்கச் சென்ற சிவன், மாவலியிடம் மூன்றடி மண் தானமாகக் கேட்க மாவலியும் தந்தார்.

ஓர் அடியால் இந்தப் பூமியையும், மறு அடியால் விண்ணையும் அளந்த சிவனுக்கு, மூன்றாவது அடிக்காகத் தனது தலையையே கொடுத்தான் மாவலி மன்னன். சிவபெருமான் இப்படியாக மாவலியைக்

கொன்று தோலைச் சட்டையாகவும், எலும்பைத் தண்டமாகவும், நரம்பைத் திரி நூலாகவும் மாற்றி உடுத்தியதாகக் கதை சொல்லப்படுகிறது.

வைணவத்தில் உள்ள இதே கதையையே சில மாற்றங்கள் செய்து சைவம் கட்டமைத்திருக்கிறது. இது போன்ற சைவக் கதைகள் பௌத்தத்தைச் சைவம் வீழ்த்திய பொருளில் கூறுவதாக அமைகின்றன. இந்த நிகழ்வைத் தற்காலத்தில் சீர்காழிக்கு அருகில் இருக்கும் கிராமங்களில் உள்ள தலித் மக்கள் உள்ளிட்டோர் வந்து பார்த்துவிட்டுச் செல்வதை வழக்கமாகக் கொண்டுள்ளனர். சமணர்கள் தோற்றோடும் நிகழ்வின் தொடர்ச்சியாகச் சமணர்களைக் கழுவிலேற்றிக் கொன்றதும் விழா நிறைவடைகிறது. பௌத்தத்தைச் சைவம் வென்றதைக் கொண்டாடும் நிகழ்வாகவும் இது அமைகிறது.

சிரமண மதம் என்பது பௌத்த, ஜைன மதங்களாகும். சிரமணம் என்னும் சொல் தமிழில் சமணம் என வழங்கப்படும். சமண மதம் என்றால், ஜைன மதத்துக்கு மட்டும் உரிய பெயராக இக்காலத்தில் பெரும்பான்மையோரால் கருதப்படுகிறது. ஆனால், சமணம் என்னும் சொல் வைதிக மதத்தவரல்லாத பௌத்த, ஜைன மதங்களுக்கானப் பொதுப் பெயராகப் பண்டைக்காலத்தில் வழங்கிவந்தது என்று மயிலை சீனி. வேங்கடசாமி, ”பௌத்தமும் தமிழும்” என்ற தனது நூலில் குறிப்பிடுகிறார்.

சமணம் என்பது சிரமணம் என்ற சொல்லின் தமிழ் வடிவமே. பௌத்த மத நூல்களில் ”சமணபல சுத்தா” (Samaññaphala Sutta) என்று ஒரு சூத்திரம் இருக்கிறது. அது, துறவு வாழ்க்கையின் பலன்களை புத்தர் அஜாதசத்ருவுக்குச் சொல்வது போல் இருக்கிறது. சொர்க்கத்தையும் இல்லற வாழ்வையும் விரும்பாமல் இருந்த இவர்களை வடமொழியில் “பரிவிரஜகர்” எனவும் “சிரமணர்” (sramana) என்றும் அழைத்தனர். தமிழிலும் பாலி மொழியிலும் “சிரமணர்” என்பதைச் சமணர் என்று எழுதி வந்தனர். மேலும், சமணம் என்ற சொல் பெரும்பாலும் பௌத்த மதத்தைக் குறிப்பதாக புத்தர், அஜாதசத்ருக்கு இடையேயான உரையாடல் மூலம் கருதலாம். அயோத்திதாசப் பண்டிதர், “பௌத்தச் சமயத்தில் துறவோரைக் குறிக்கும் சொல்லே சமணம்” என்று குறிப்பிடுகிறார். மேலும், சமணத்தைத் தனி மதமாகக் கூறுபவர்கள் பௌத்தப் பண்பாட்டு கூறுகளையும் சமணமாக மாற்றிக் கருதும் நிலையும் இருப்பதாகக் கூறுகிறார்.

எட்டாம் நாள்

அத்தம் நட்சத்திரத்தில் எட்டாம் நாள் நிகழ்வு நடைபெறுகிறது. சிரவணப் பண்டிகை எனும் ஓணம் பண்டிகை தொடங்கும் நாளின் நட்சத்திரமும் அத்தம் நட்சத்திரமே. சீர்காழி சட்டைநாதர் கோயிலின் எட்டாம் நாள் தேர் இழுக்கும் உரிமை கோவிலாந்தெரு, அதாவது கரைவழி ஆட்களுக்கு உரியது. இவர்கள் அன்றைய தினத்தில் நான்கு வீதிகளிலும் தேரிழுத்துச் சுற்றிவிட்டு கோவிலில் வந்து விட்டுவிடுவார்கள். திருமுலைப்பால் நிகழ்வுகள் முடிந்த பிறகு கரைவழி ஆட்களுக்குக் கூலியாக ஒவ்வொருவருக்கும் ஒரு மரக்கா(ல்)ய் நெல் தருகிறார்கள். தலித் மக்களுக்கும் கோவிலுக்கும் உள்ள பாத்தியம் எட்டாம் நாள் நடக்கும் தேர் இழுக்கும் நிகழ்வே. அதாவது, இதன் மூலம் முன்பொரு காலத்தில் சட்டைநாதர் கோவிலும் கரைவழி ஆட்களும் பௌத்தர்கள் என்பதை அனுமானம் செய்யலாம்.

-14-

இலக்கியங்களில் சிரவணப் பண்டிகை

நம் பண்பாட்டில் சடங்குகள் குறியீட்டு வடிவங்களில் தங்கிக் கிடக்கின்றன. அதுவே அடுத்தடுத்த தலைமுறைகளுக்கும் கடத்தப்படுகிறது. ஒரு குறிப்பிட்ட பண்பாடு ஏதோவொரு குறியீட்டையே மையமாக வைத்து உள்ளார்ந்து இயங்கிக்கொண்டிருக்கும். அந்தக் குறியீட்டு வடிவத்தின் மூலம் அப்பண்பாடு எதுவென்று கண்டடையும் முயற்சியை இக்கட்டுரை மூலம் செய்யலாம்.

பொதுவாக பண்டிகைகள் எவையுமே சட்டென்று உருவாவதுமில்லை, புதிதாக எவராலும் கொண்டு வரப்படுவதும் இல்லை.

அவை ஏதோ ஒருவகையில் மக்களின் வாழ்க்கையிலிருந்து உருவாகித் தொடர்ந்து கொண்டிருக்கும். அதற்கேற்ப கதைகளிலும் நம்பிக்கைகளிலும் வாழும். அதையொட்டித் தத்துவ விளக்கங்களும் உருவாகலாம். இவ்வாறு பல வடிவங்களில் அவை மாறிமாறி வளர்ந்து சென்றுகொண்டே இருக்கும். அவற்றை ஒரு சூத்திரத்துக்குள் அடைத்து

எளிமைப்படுத்த முடியாது. அவை ஆழ்மனம் (உளவியல்) சார்ந்தும் குறியீட்டு முக்கியத்துவம் பெற்றுவிடும். பிறகு அக்கதைகளும் நம்பிக்கைகளும் இலக்கியங்களில் எடுத்தாளப்படலாம். அதன்படி, இக்கட்டுரையில் ஓணம் பண்டிகையை ஒட்டிய இலக்கியப் பதிவுகளைப் பார்க்கலாம்.

பெரியாழ்வார் திருமொழி (திருப்பல்லாண்டு ஆறாவது பாடல்)

எந்தை தந்தை தந்தைதம் மூத்தப்பன் ஏழ்படி கால்தொடங்கி
வந்து வழிவழி ஆட்செய்கின் றோம்திரு வோணத் திருவிழவில்
அந்தியம் போதி லரியுரு வாகி அரியை யழித்தவனை
பந்தனை தீரப்பல் லாண்டுபல் லாயிரத் தாண்டென்று பாடுதமே

இப்பாடலுக்கான பொருள்:

"தலைமுறைத் தலைமுறையாக திருமாலுக்குத் தொண்டு செய்வதையும் திருவோணத் திருவிழா நன்னாளில் நரசிம்ம வடிவெடுத்து, இரணியனை அழித்தவனுமான திருமாலை நம் துயரங்கள் நீங்கப் பல்லாண்டு வாழ்த்துவோமே."

இந்தப் பாடல் சிரவணப் (ஓணம்) பண்டிகை நடைபெற்றதையும், அது வைணவப் பண்டிகையாக இருப்பதையும் கூறுகிறது. இச்செய்யுளுக்கு உரை எழுதுவோர் திருமால் பற்றி எந்த ஒரு வரியும் இல்லாதபோதும், திருவோண நாளை திருமாலுக்கு உரியதாக மாற்றிருப்பதைக் கவனிக்கவும். ஒரு செய்யுளுக்கு உரை என்பது அது செய்யுளின் பொருள் என்பதைக் கடந்து, ஆசிரியரின் பார்வையும் சேர்ந்ததே உரை என்பதையும் நாம் இங்கு புரிந்து கொள்ளவேண்டும். சில நேரங்களில் ஆசிரியரின் எண்ணத்தைப் பிரதிபலிப்பதாகவும் ஒரு சில நேரங்களில் தமது கருத்துகளைத் திணிப்பதாகவும் உரைகள் அமைந்து விடுகின்றன. ஓணம் தினத்தில் திருமால் வாமன அவதாரம் எடுத்து மாவலிச் சக்கரவர்த்தியைக் கொன்றதாக வைணவக் கதைகள் சொல்கிற நிலையில், இங்கு அதே நாளில் இரணியனைக் கொன்றதாகக் கூறுவது இயல்பாகவே கதையில் உள்ள முரணாக நம்மால் உணர முடியும். எனவே, வைணவம் சிரவணப் பண்டிகைக்குச் சொல்லிவரும் கதைக்குப் புறம்பாகவே இந்த எதார்த்தம் உள்ளது. இதைத்தான் இப்பாடல் மூலம் நாம் தெரிந்து கொள்கிறோம்.

மதுரைக் காஞ்சி

அடுத்ததாகப் பத்துப்பாட்டு நூல்களில் ஒன்றான மதுரைக் காஞ்சி என்ற நூலில் சிரவணப் பண்டிகை பத்து நாட்கள் மதுரையில் கொண்டாடப்பட்டதாகக் கூறப்பட்டுள்ளது. பாண்டிய நாட்டின் புகழ்பெற்ற மன்னன் தலையாலங்கானத்துச் செருவென்ற பாண்டியனின் ஆட்சி காலத்தில் பத்து நாட்கள் விழாவாக ஓணம் திருநாள் இருந்தது என மதுரைக் காஞ்சியில் மாங்குடி மருதனார் குறிப்பிடுகிறார். சிறப்பான விருந்துகளும், "சேரிப்போர்" என்னும் வீர விளையாட்டும் நடைபெற்றதாகவும் குறிப்புகள் உள்ளன. பாண்டிய நாட்டு இளைஞர்கள் பலரும் கூடி, நீலக் கச்சையணிந்து வீர விளையாட்டுகள் நிகழ்த்தி, விருந்துண்டு மகிழ்ந்தனர் என்கிறது. மேலும், இந்த ஓணம் விழா ஆவணித் திங்களில் கொண்டாடப்பட்டது என்றும் கூறப்பட்டுள்ளது. இதே நூலில் மதுரையில் பௌத்தப் பள்ளி இருந்தது பற்றிய குறிப்பும் உள்ளது என்பது கவனிக்கத்தக்கது.

"கணங்கொள் அவுணர்க்
கடந்த பொலர்ந்தார்
மாயோன் மேய
ஓண நன்னாட்
கோணந் தின்ற
வடுவாழ் முகத்த
சாணந் தின்ற
சமந்தாங்கு தடக்கை
மறங்கொள் சேரி
மாறுபொரு செருவின்

மாறா துற்ற
வடுப்படு நெற்றிச்
சுரும்பார் கண்ணிப்
பெரும்புகல் மறவர்
கடுங்களி றோட்டலிற்
காணுநர் இட்ட
நெடுங்கரைக் காழக
நிலம்பர லுறுப்பக்
கடுங்கள் தேறல்
மகிழ்சிறந்து திரிதரக்..."

என்பவை மதுரைக் காஞ்சியில் இடம்பெற்றுள்ள வரிகள். இந்தப் பாடலுக்கு உரை எழுதும் உரையாசிரியர்கள், மாயோன் என்ற சொல்லுக்கு திருமால் என்ற பொருளில் அர்த்தம் கொண்டால், ஓணம் பண்டிகை திருமாலுக்கு உரியதாக மாறுகிறது. அதேவேளையில், மாயோன் என்ற சொல்லுக்கு வேறு சில அர்த்தங்களும் உள்ளன என்பதையும் நாம் கவனிக்க வேண்டும்.

புத்தர் தேசம் விட்டுத் தேசம் செல்வது யாருக்கும் தெரியாமல் இருந்தபடியால், மாயோன் என்று புத்தரை அழைக்கிறார்கள் என்று "நமது பெயர்களும் பௌத்த தொடர்பும்" (பண்பாட்டு மீட்சி) என்ற கட்டுரையில் கூறுகிறார், வல்லபதாஸ்.

மண்டலபுருடன் எழுதிய சூடாமணி நிகண்டில், "பகவனே ஈசன் மாயோன் பங்கயன் சினனே புத்தன்" என்று இடம்பெற்றுள்ள வரிகளிலிருந்து புத்தரைக் குறிக்கக்கூடிய பெயர்களில் மாயோனும் ஒன்று என்பதை அறிய முடிகின்றது. இவ்வாறு மாயோன் என்ற சொல் புத்தரைக் குறிக்கும் சொல்லாக இருக்கும் நிலையில், பாடல் வரிகளை வாசித்தால் பொருளே முற்றிலும் மாறுகின்றது. அதாவது, ஓணம் பண்டிகை புத்த சங்கத்தாருக்கு உரிய பண்டிகை என்பதை நாம் எளிதில் புரிந்து கொள்ளலாம்.

தேவாரம் (சம்பந்தர் - மயிலாப்பூர் கபாலீசுவரர் கோவில் பற்றிய பாடல்கள்)

"மைப்பயந்த வொண்கண்
மடநல்லார் மாமயிலைக்
கைப்பயந்த நீற்றான்
கபாலீச் சரமமர்ந்தான்
ஐப்பசி யோண விழாவு
மருந்தவர்கள்
துய்ப்பனவுங் காணாதே
போதியோ பூம்பாவாய்" (தேவாரம்)

பொருள்

"பூம்பாவாய்! மை பூசப்பெற்ற ஒளிநிறைந்த கண்களை உடைய இளமகளிர் வாழும் திருமயிலையில் கபாலீச்சரம் என்னும் கோயிலில்

கைமேல் பயன்தரும் திருநீற்றை அணிந்தவனாய் அமர்ந்துள்ள பெருமானுக்கு நிகழ்த்தும் ஐப்பசி ஓண விழாவையும் அருந்தவ முனிவர் அமுதுண்ணும் காட்சிகளையும் காணாது செல்வது முறையோ?”

திருமால் வாமன அவதாரம் எடுத்து மாவலிச் சக்கரவர்த்தியைக் கொன்றதற்காக வைணவர்களால் ஓணம் பண்டிகை கொண்டாடப்படுவதாகச் சொல்லப்படுகிறது. ஆனால், இன்றைக்கு கபாலீச்சரம் கோவில் சைவக் கோவிலாக மாறிநிற்கிறது. வைணவர்களின் பண்டிகையாகக் கூறப்படும் ஓணம் பண்டிகை சைவக் கோயிலாகக் கூறப்படும் கபாலீச்சரத்தில் எப்படிக் கொண்டாடப்படுகிறது என்பது நமக்கு இயல்பாக எழும் கேள்வி. இதுவே அடிப்படை முரண்பாடாக இருக்கிறது. சைவ, வைணவத்திற்கு இடையே பொதுவான பண்டிகைகள் இல்லாதபோது, இது எப்படிச் சாத்தியம்? ஒன்று, ஓணம் பண்டிகை எனும் சிரவணப் பண்டிகை வேறு மதத்தின் பண்டிகையாக இருந்திருக்க வேண்டும். அல்லது, தற்போது ஓணம் கொண்டாடும் சைவ, வைணவக் கோவில்கள் முன்னொரு சமயத்தில் ஒரே மதத்திற்கு உரியதாக இருந்திருக்க வேண்டும். இதன் அடிப்படையில் பார்க்கின்றபோது சிரவணப் பண்டிகை சைவ, வைணவப் பிரிவுகளின் பண்டிகை அல்ல. மாறாக, அது அவைதிக மதமான பௌத்த மதத்திற்கு உரிய பண்டிகை. முற்காலத்தில் பழைய சைவ, வைணவக் கோவில்கள் பௌத்த விகார்களாக இருந்திருக்கலாம் என்பதற்கு ஓணம் பண்டிகையை முரணோடு விளக்கும் இப்பாடலே சான்றாக அமைகின்றது.

இதற்கு வலுச் சேர்க்கும் விதமாக மயிலாப்பூர் கபாலீஸ்வரர் கோவில் குறித்து சம்பந்தர் எழுதிய வேறு பாடல்களையும் எடுத்து கொள்ளலாம். சம்பந்தர் எழுதியதாகக் குறிப்பிடப்படுவதில் நான்கு பாடல்கள் அயோத்திதாசப் பண்டிதர் குறிப்பிடும் ”பூம்பாவைப் பதிகம் பத்து ” என்னும் நூலிலும் இடம் பெற்றுள்ளது. அந்தச் செய்யுட்களில் ஒரு சில எழுத்துகள் / சொற்கள் மாற்றம் பெற்று சம்பந்தர் பாடல்களில் இடம் பெற்றிருப்பதைக் காணலாம். ஒரே பாடல் இருவேறு நூல்களில் இடம்பெறுவது எவ்வாறு சாத்தியம்? இதைப் பற்றிய ஆய்வுகள் மிகவும் அவசியமாக உள்ளது. இப்போது பாடல்களுக்குப் போகலாம்.

நான்காவது பாடல்

ஊர்திரை வேலை
யுலாவு முயர்மயிலைக்
கூர்தரு வேல்வல்லார்
கொற்றங்கொள் சேரிதனில்
கார்தரு சோலைக்
கபாலீச் சரமமர்ந்தான்
ஆர்திரைநாள் காணாதே
போதியோ பூம்பாவாய். (தேவாரம்)

பொருள்:

"பூம்பாவாய்! ஊர்ந்து வரும் அலைகள் வந்து உலாவும் கடலை அடுத்துள்ள உயர்ந்த மயிலாப்பூரில், கூரிய வேலால் மீன்களைக் கொல்வதில் வெற்றிகாணும் நெய்தற்சேரியில், மழை வளம் தந்ததால் வளர்ந்த சோலைகள் சூழ்ந்த கபாலீச்சரம் என்னும் கோயிலில் விளங்கும் பெருமானுக்குத் திருவாதிரை நாளில் நிகழ்த்தும் விழாவைக் காணாது செல்வது முறையோ?"

இதே பாடல் அயோத்திதாசர் குறிப்பிடும் பூம்பாவைப் பதிகம் பத்தில் இடம்பெற்றுள்ளதையும் அதற்கு அவர் தரும் விளக்கத்தையும் காணலாம்.

ஊர்திறை வேலை
யுலாவு முயர்மயிலைக்
கூர்தரு வேல்வல்லார்
கொற்றங்கொள் சேரிதனிற்
கார்தரு சோலைக்
கபாலீச்சுர மமர்ந்தான்
ஆர்திரை நாட்காணாதே
போதியோ பூம்பாவாய் (பூம்பாவைப் பதிகம் பத்து)

அயோத்திதாசப் பண்டிதர் தரும் விளக்கம் பின்வருமாறு:

"மயிலைச் சேரியில் அருள்பாலிக்கும் கபாலீச்சுர மடத்திற்கு வந்து மரணமடைந்த பூம்பாவையே, புத்தரின் பரிநிர்வாணம் அடைந்த

திருவாதிரை நாட் காணாது சென்றாயே என்று சாக்கியர்கள் புலம்பினார்கள்."

ஏழாவது பாடல்

மலிவிழா வீதி
மடநல்லார் மாமயிலைக்
கலிவிழாக் கண்டான்
கபாலீச் சரமமர்ந்தான்
பலிவிழாப் பாடல்செய்
பங்குனி யுத்தரநாள்
ஒலிவிழாக் காணாதே
போதியோ பூம்பாவாய். (தேவாரம்)

பொருள்:

"பூம்பாவாய்! இளம் பெண்கள் வாழும், விழாக்கள் நிறைந்த வீதிகளைக் கொண்ட பெரிய மயிலையில் எழுச்சியை விளைவிக்கும் திருவிழாக்களைக் கண்டு, அங்குள்ள கபாலீச்சரம் என்னும் கோயிலில் அமர்ந்தானது பலி அளிக்கும் விழாவாகப் பங்குனி உத்தரநாளில் நிகழும் ஆரவாரமான விழாவைக் காணாது செல்வது முறையோ?"

மலிவிழா வீதி
மஉநல்லார் மாமயிலை
கலிவிழா கொண்டான்
கபாலீச்சுர மமர்ந்தான்
பலிவிதாப் பாடல்செய்
பங்குனி பருவநாள்
பொலிவிழாக் காணாதே
போதியோ பூம்பாவாய் (பூம்பாவைப் பதிகம் பத்து)

அயோத்திதாசப் பண்டிதர் தரும் விளக்கம் பின்வருமாறு:

"பங்குனி மாதப் பௌர்ணமியில் புத்தபிரான் கல்லால விருட்சத்தடியில் அமர்ந்து, காமனை வென்று நிருவாண நிலையடைந்த நாளை மயிலை கபாலீச்சுர மடத்தில் கொண்டாடுவதைக் காணாமல் போனாயே பூம்பாவை!"

தற்போது பெரம்பலூர் மாவட்டம் பரவாய் கிராமத்தில் புத்தரை முன்னிறுத்தி காமன் பண்டிகை கொண்டாடும் வழக்கம் உள்ளதை இவ்விளக்கத்தோடு இணைத்துப் பார்க்க வேண்டும்.

எட்டாவது பாடல்

> தண்ணா வரக்கன்றோள்
> சாய்த்துகந்த தாளினான்
> கண்ணார் மயிலைக்
> கபாலீச் சரமமர்ந்தான்
> பண்ணார் பதினெண்
> கணங்கடம் மட்டமிநாள்
> கண்ணாரக் காணாதே
> போதியோ பூம்பாவாய். (தேவாரம்)

பொருள்:

"பூம்பாவாய்! வெம்மையான இயல்புடைய இராவணனின் தோள்களை நெரித்து, கந்த திருவடிகளை உடையவனாய், கண்களுக்கு நிறைவு தரும் மயிலையில் உள்ள கபாலீச்சரத்தில் அமர்ந்துள்ளவனுக்கு, பண்ணோடு பாடும் பதினெண்கணத்தினரும் ஏத்தும் வகையில் சித்திரை அட்டமியில் நிகழும் விழாவைக் கண்ணாரக் கண்டுமகிழாது செல்வது முறையோ?"

> தண்ணா ரறவாழி
> சுகமீய்ந்த தாளினான்
> கண்ணார் மயிலைக்
> கபாலீச் சுரமமர்ந்தான்
> பண்ணார் பருவம்
> பணையமர வட்டமிநாள்
> புண்ணியகாப்புண்ணாதே
> போதியோ பூம்பாவாய். (பூம்பாவைப் பதிகம் பத்து)

அயோத்திதாசப் பண்டிதர் தரும் விளக்கம் பின்வருமாறு:

"புத்தர் பரிநிருவாணம் அடைந்த காலத்துக்குப் பிறகு அந்தந்த புத்த விகார்களில் அமரவாசி, பௌர்ணமி, அட்டமி இம்மூன்று தினங்களில்

விகார்களில் சீல விரதங்காப்பது வழக்கம். இதை அனுசரித்து மயிலை கபாலீச்சுர மடத்தில் நடக்கும் விரதங்காக்காது சென்றாயே பூம்பாவை என்று சாக்கியர்கள் வருந்தினர்."

பத்தாவது பாடல்

> உரிஞ்சாய வாழ்க்கை
> யமணுடையைப் போர்க்கும்
> இருஞ்சாக் கியர்க
> ளெடுத்துரைப்ப நாட்டில்
> கருஞ்சோலை சூழ்ந்த
> கபாலீச் சரத்தான்றன்
> பெருஞ்சாந்தி காணாதே
> போதியோ பூம்பாவாய். (தேவாரம்)

பொருள்:

"பூம்பாவாய்! உடை ஒழிந்தவராய் வாழும் சமணர், உடையைப் போர்த்துத் திரியும் கரிய சாக்கியர் தம் வாய்க்கு வந்தவாறு பிதற்ற, மண்ணுலகில் கரிய சோலை சூழ்ந்த கபாலீச்சுரத்தானுக்கு நிகழும் நல்ல பெருஞ்சாந்தி விழாவைக் காணாது செல்வது முறையோ?"

> உரிஞ்சாய வாழ்க்கை
> எமனுடைய போக்கு
> மிருஞ்சாக்கையர்கள்
> எடுத்துரைப்ப நாட்டிற்
> கருஞ்சோலை சூழ்ந்த
> கபாலீச்சுரத்தான்றன்
> பெருஞ்சாந்தி காணாதே
> போதியோ பூம்பாவாய் (பூம்பாவைப் பதிகம் பத்து)

அயோத்திதாசப் பண்டிதர் தரும் விளக்கம் பின்வருமாறு

"மயிலை சாக்கியர் மடத்துக்குப் பிச்சாண்டி வேஷம் காணும்படியாக வந்த கார்வெட்டி நகரத்து அரசன் மணிவண்ணன் மனைவி பூம்பாவை என்பவள் இறந்தபோது சாக்கியர்கள் துக்கம் கொண்டாடினார்கள்."

இந்த நான்கு பாடல்களையும் மயிலாப்பூர் கபாலீச்சுரம் கோவிலைப் பற்றிப் பாடப்பட்ட பூம்பாவைப் பதிகம் பத்து என்னும் நூலில் இருந்து எடுத்ததாக அயோத்திதாசப் பண்டிதர் கூறுகிறார். இதை மயிலாப்பூர் ஆலயம் பௌத்தாலயமே என்று விவரிக்கும் பகுதியில் கூறுகிறார். ஆனால், இந்த நான்கு பாடல்களையும் சில சொற்களின் மாற்றங்களோடு, அதன் உள்ளார்ந்த தன்மையை மாற்றிப் பொருள் வேறுபாடுடன் தேவாரத்தில் இணைத்து உள்ளனர். இரண்டும் பூம்பாவை என்ற பெண்ணை மையப்படுத்தியே அமைந்துள்ளன. இதன்படி, பூம்பாவை பற்றிச் சைவம், பௌத்தம் சொல்லும் கதைகளைப் பார்ப்போம்.

சைவம்

மயிலாப்பூரில் சிவநேசர் என்பவர் ஏழாம் நூற்றாண்டில் வாழ்ந்து வந்தார். இவர் சிவபக்தராக இருந்தார். இவருக்கு பூம்பாவை என்ற மகளொருத்தி இருந்தாள். சைவ சமயத் தொண்டினைச் செய்யும் திருஞானசம்பந்தருக்குத் தன்னுடைய மகளான பூம்பாவையைத் திருமணம் செய்து வைக்க சிவநேசர் எண்ணியிருந்தார்.

தன்னுடைய ஏழாம் வயதில் ஒரு நாள் பூம்பாவைத் தன்னுடைய தோழிகளுடன் மலர் பறித்து விளையாடிக் கொண்டிருந்தபொழுது, பாம்பொன்று தீண்டி இறந்துவிட்டாள். திருஞானசம்பந்தருக்குத் திருமணம் செய்து வைக்க எண்ணியிருந்தமையால், தன்னுடைய மகளை எரித்த பின்னும் அவளுடைய எலும்பு மற்றும் சாம்பலினை நீர் நிலைகளில் கரைக்காது பாதுகாத்து வந்தார் சிவநேசர்.

திருவொற்றியூருக்கு திருஞானசம்பந்தர் வருவதை அறிந்த சிவநேசர், அவரைச் சந்தித்தார். தன்னுடைய மகள் பூம்பாவையை திருஞானசம்பந்தருக்கு திருமணம் செய்து வைக்க எண்ணியதையும், ஆனால் அவள் சிறுவயதில் பாம்பு தீண்டி இறந்து விட்டதையும், தற்போது அவளுடைய சாம்பல் மற்றும் எலும்பினைப் பாதுகாத்து வைத்திருப்பதைப் பற்றியும் சிவநேசர் கூறினார்.

திருஞானசம்பந்தர், "மட்டிட்ட புன்னையங் கானல் மடமயிலை" எனும் பாடலைப் பாடிட, பூம்பாவை சாம்பலிலிருந்து உயிர்பெற்று எழுந்தாள். ஏழு வயதில் இறந்த பூம்பாவைப் பன்னிரண்டு வயதான பெண்ணாக

உயிர் பெற்றார். இருப்பினும், தானே உயிர் கொடுத்தமையால், பூம்பாவையைத் திருமணம் செய்து கொள்ள இயலாது என திருஞானசம்பந்தர் மறுத்துவிட்டார். அதன் பின் பூம்பாவை இறைத் தொண்டு செய்து வாழ்ந்து வந்தார்.

திருஞானசம்பந்தர் பூம்பாவையை உயிர்ப்பித்த நிகழ்ச்சியை மயிலாப்பூர் தலத்தில் விழாவாகக் கொண்டாடுகிறார்கள். மயிலாப்பூர் கபாலீச்சுவரர் கோயிலில் பங்குனி பிரம்மோற்சவத்தின் எட்டாம் நாளின் காலையில் இந்நிகழ்ச்சி நடைபெறுகின்றது. இதற்காக சம்பந்தர், பூம்பாவை, சிவநேசர் உற்சவச் சிலைகளைத் தீர்த்தத்தில் குளிப்பாட்டிய பிறகு, குடத்தில் நாட்டுச் சர்க்கரையை இட்டு பூம்பாவையின் சாம்பலாகக் கொண்டு வருகிறார்கள். அதன்பிறகு திருஞானசம்பந்தரின் பதிகம் ஓதப்படுகின்றது. பிறகு பூம்பாவை உயிருடன் எழுந்ததாகப் பாவனை செய்து நிகழ்வினை முடிக்கின்றார்கள். இந்நிகழ்வினைப் பார்த்தால், தீர்க்காயுள் கிடைக்கும் என்பது நம்பிக்கையாகும். இப்படியாக சைவம் பூம்பாவைக்கான கதையைச் சொல்கின்றது.

பௌத்தம்

பௌத்தர்கள் பகவான் புத்தரின் நினைவு தினங்களை, பண்டு + ஈகை, பண்டைய ஈகை, பண்டிகை என்று வழங்கிக் கொண்டாடி வந்தனர். மயிலாப்பூரில் அல்லமாப்பிரபுவால் கட்டப்பட்ட புத்தர் மடத்தில் மூன்று திங்கள் பௌர்ணமி நாளில் ஆனந்தமாகக் கொண்டாடி வந்தார்கள்.

பகவான் புத்தர் துறவடைந்த நாள் - மாசி மாதப் பௌர்ணமி

பகவான் புத்தர் மெய்ஞானம் அடைந்த (நிருவாணமுற்ற) நாள்
- பங்குனி மாதப் பௌர்ணமி

பகவான் புத்தர் இயற்கையெய்திய (பரிநிர்வாணமடைந்த) நாள்
- மார்கழி மாதப் பௌர்ணமி

வருடந்தோறும் மயிலாப்பூரில் நடைபெறும் கபாலீஸன் கொண்டாட்டத்தைக் காண மணிவண்ணன் என்னும் அரசன் தனது மனைவி பூம்பாவையுடன் வந்திருந்தான். பூம்பாவை அங்கிருந்த

சோலையில் உலாவும்பொழுது பாம்பு கடித்து இறந்துவிடுகிறாள். இதை வள்ளுவர்கள் துக்கங் கொண்டாடினார்கள். இதனை அவ்வருட கபாலீஸன் பாடலுடன் பாடி வைத்தார்கள்.

மயிலை கபாலீஸன் விழாவைத் தவிர, வேறு எந்த சிவ ஆலயத்திலும் சிவனுக்குப் பிச்சாண்டி வேடமிட்டுப் பெரிய விழா கொண்டாடுவதில்லை என்பதில் இருந்து திரித்து ஏற்றப்பட்டதை அறிந்து கொள்ளலாம் என்று அயோத்திதாசப் பண்டிதர் “கபாலீஸன் சரித்திர ஆராய்ச்சி” என்ற பகுதியில் கூறியுள்ளார்.

சைவம் மற்றும் பௌத்தம் சொல்லும் கதைகளை வைத்து எதில் உண்மைத்தன்மை அதிகம் உள்ளது என்று பார்க்கும்போது, சைவத்தில் கூறுவது போல் இறந்தவரை உயிர்ப்பிக்க வைப்பது இயலாத காரியம். மேலும், தேவாரத்தின் எட்டாவது பாடலில் சாக்கியர் என்ற வார்த்தையைப் பிரித்து எழுதிப் பொருள் மாற்றியும் உள்ளனர். புத்தரின் தந்தை வம்சம் சாக்கிய வம்சம். அதனாலே புத்தருக்கு சாக்கிய முனி என்ற பெயரும் உள்ளது. புத்தரின் கொள்கைகளைப் பின்பற்றியவர்கள் சாக்கியர்கள் என்று அழைக்கப்பட்டார்கள். ஆகையால், பூம்பாவைப் பதிகம் நூலில் இருந்து சில செய்யுள்களை எடுத்தே தேவாரத்தில் பயன்படுத்தி உள்ளபடியாலும், பௌத்தம் தொடர்பான கதையை அப்படியே கூறாமல் சிலவற்றை மாற்றித் திரித்து, அதற்கான கதைகளையும் உருவாக்கி உள்ளனர். பொதுவாகவே சைவ, வைணவப் பாடல்களில் இடைச்செருகல்கள் அதிகம் உள்ளதென்றும் பல பாடல்களை வெளியில் இருந்து எடுத்துத் தனதாக்கிக் கொண்டனர் என்பதையும் அறிஞர்களின் கருத்துகள் வாயிலாக அறிய முடிகிறது. இதனை அடிப்படையாகக் கொண்டு பார்க்கும்போது பௌத்தம் தொடர்பான பல கதைகளை வைதிகச் சமயங்கள் தமதாக்கிக் கொண்டதை நாம் உணரலாம்.

மாங்குடி மருதனார் எழுதிய மதுரைக் காஞ்சி, சம்பந்தர் எழுதிய தேவாரம், நாலாயிரத் திவ்வியப்பிரபந்தம் நூலில் பெரியாழ்வார் எழுதிய திருப்பல்லாண்டு ஆகிய மூன்று நூல்களின் வாயிலாக ஓணம் பண்டிகை தமிழகத்தில் கொண்டாடப்பட்டது என்ற செய்தியையும் அது புத்தருக்கும் புத்தரின் கொள்கைகளைப் பின்பற்றிய சிரவண சங்கத்துக்கும் உரிய பண்டிகை என்றும் நாம் துணிந்து கூறலாம்.

ஜெயமோகன் பண்டிகை பற்றிக் குறிப்பிடும் கட்டுரையில், "சோழர் காலத்தில் தமிழகத்தில் மிகப் பெரிய பண்டிகை என்பது திருவோணம்தான். இன்றும் சோழநாட்டுக் கோயில்களில் அது கொண்டாடப்பட்டு வருகிறது. இன்று ஓணம் கேரளத்தில் மட்டும் எஞ்சியுள்ளது" என்று கூறுகிறார். மதுரைக் காஞ்சி, பாண்டியர்களின் ஆட்சி காலத்தில் ஓணம் கொண்டாடப்பட்டதைக் கூறுகிறது. இதன் மூலம் தமிழகத்தில் சோழ மற்றும் பாண்டியர்களின் ஆட்சி மாற்றத்துக்குப் பிறகு ஓணம் கொண்டாட்டம் முற்றிலும் குறைந்ததாக நாம் கருதலாம்.

"கானம் விற்றாவது, ஓணம் கொண்டாடு" என்ற பழமொழி ஓணம் தமிழர்களின் விழாவாக இருந்ததைச் சொல்கிறது. இன்று தமிழகத்தில் இந்தப் பழமொழி வழக்கொழிந்து போனாலும், கேரளத்தில் நிலைத்து நிற்கிறது.

ஜெயமோகன் தன்னுடைய "அயோத்திதாசரின் மாற்று ஆன்மிக வரலாறு" என்ற கட்டுரைத் தொகுப்பில் சுவாரசியமான தகவலாக இதைக் குறிப்பிடுகிறார். "திருவோணம் நெடுங்காலம் ஒடுக்கப்பட்ட மக்கள் மட்டுமே கொண்டாடும் விழாவாகவே இருந்தது. பதினெட்டாம் நூற்றாண்டில்கூட விவசாயக் கூலிகளான ஒடுக்கப்பட்ட மக்களுக்கு உரிமையாளர்கள் பரிசுகள் கொடுக்கும் விழாவாகவே அது பல இடங்களில் நீடித்தது. திருவோணம் பற்றிய பாடல்களும் புராணங்களும் ஒடுக்கப்பட்ட மக்களிடையே இருந்தவைதான்" எனக் கூறுகிறார் அவர். ஒடுக்கப்பட்ட மக்கள் ஒரு கட்டம் வரை பௌத்தர்களாகவே இருந்திருக்கிறார்கள் என்றும் அண்மையில்தான் அவர்களை இந்து என்ற அட்டவணைக்குள் அடைத்துவிட்டார்கள் என்றும் இதன் மூலம் நாம் புரிந்துகொள்ளலாம்.

ஓணத்தன்று அதிகாலையில் சிறுவர்களும் பெண்களும் எழுந்து மாவலிச் சக்கரவர்த்தியையும் அவரை தண்டித்த வாமனரையும் வழிபடுகிறார்கள். சதுர வடிவ மண் சட்டிகளை வைத்துத் தும்பை மலர்களால் அழகுபடுத்துகிறார்கள். இதனை மாவலிக் கோட்டம் என்று கூறுகிறார்கள். இதனை மாவலியையும் வாமனரையும் வணங்கும் முறையாகக் கூறுகிறார்கள். கோட்டம் என்பது பௌத்தத்திற்கு உரிய சொல். கருமக் காரிய நிகழ்வில் கோட்டம் வரைந்து திதி கொடுப்பது இன்றும் நடைமுறையில் இருப்பதால், ஓணம் பண்டிகை சிரவண

சங்கத்தைச் சார்ந்த இறந்த மாவலி மன்னனைக் கொண்டாடும் ஒரு நிகழ்வே என்பது உறுதி. பௌத்த மதக் கருத்துக்களைப் பரப்பிய மாவலிச் சக்கரவர்த்தியின் நினைவைப் போற்றும் பண்டிகையான ஓணம், ஒரு காலத்தில் தென்னிந்தியா முழுவதும் கொண்டாடப்பட்டு, (கர்நாடகப் பகுதியில் சிரவண குட்டா, சிரவண பௌகுலா என்ற பெயர் உள்ள பகுதிகள் இன்றும் சமணத் தலங்களாக உள்ளதை இங்கு பொருத்திப் பார்க்கலாம்) காலப்போக்கில் இன்று கேரளாவோடு சுருங்கிவிட்டது. தலித் மக்கள் சிரவணப் பண்டிகையைக் கொண்டாடுவது சில காலங்களுக்கு முன்பு வரை வழக்கிலிருந்து, தற்போது அதுவும் மறைந்துள்ளது. ஆக, சிரவணப் பண்டிகையைப் பௌத்த மதம் சார்ந்த மன்னன் மாவலியின் இறப்பினைத் தலித் (பௌத்த) மக்கள் கொண்டாடும் குறியீட்டு வடிவமாக நாம் புரிந்துகொள்ளலாம்.

-15-

பெரம்பலூர் மாவட்டம் குன்னம் வட்டத்துக்கு உட்பட்ட பரவாய் என்னும் கிராமத்தில் காமன் பண்டிகை தொடர்ந்து நடைபெற்று வருகிறது தமிழகத்தின் மற்ற பகுதிகளில் நடைபெறும் காமன் பண்டிகையை விட இந்தக் கிராமத்தில் காமன் பண்டிகை வேறுபட்டதாக நடைபெறுகிறது. இந்தப் பண்டிகை காமன் கூத்து, காம தகனம், காமாட்டா பண்டிகை, காமண்டி பண்டிகை என்று பல்வேறு பெயர்களில் அழைக்கப்படுகிறது.

தமிழகத்தின் பெருவாரியான கிராமங்களில் காமன் பண்டிகை சைவப் பண்டிகையாக, சிவனுடன் தொடர்புபடுத்தி நடைபெற்று வருகிறது. ஆனால், பரவாய் கிராமத்தில் மட்டும் காமன் பண்டிகை புத்தருடன் தொடர்புபடுத்தி நடைபெற்று வருவது பண்பாட்டு மாறுதலை நமக்குக் காட்டுகிறது. இதன் உள்ளார்ந்த உண்மையை நோக்கிச் செல்ல இக்கட்டுரை முயல்கிறது.

பரவாய் கிராமத்தின் கடைத்தெருவின் மையத்தில் "கையில் பிறந்த கரைமேல் அழகர்" என்னும் "தெத்தி அய்யனார்" கோவிலுக்கு வடக்காகவும் "பேசும் பெருமாள்" கோவிலுக்குத் தெற்குத் திசையிலும் தியான நிலையில் புத்தர் வீற்றிருக்கிறார். பத்து அல்லது பதினொன்றாம் நூற்றாண்டைச் சேர்ந்த புத்தர் சிலை அமைப்பு இதில் காணப்படுகிறது. வைகாசி மாதம் அமாவாசை அடுத்த பாட்டிமா அல்லது பிரதமை நாளைத் தவிர்த்து வரும் வளர்பிறை முகூர்த்த நாளில் காமன் பண்டிகை பரவாய்

மக்களால் கொண்டாடப்படுகிறது. வைகாசி மாதத்தில் வளர்பிறை நாட்கள் பதினைந்தில் அமாவாசை, பிரதமை, அட்டமி, நவமி, கரிநாட்கள் மற்றும் செவ்வாய், சனிக்கிழமைகள் உள்ளிட்ட ஆறு முதல் ஏழு நாட்களில் கோவில் சார்ந்த விழாக்கள் நடைபெறுவது தற்போது வழக்கில் இல்லை. மேலும், வைப்பு முகூர்த்த நாட்களில் (சிறப்பு முகூர்த்த நாட்கள்) கோவில் விழா நடத்தும் வழக்கமும் இல்லை. ஆக, பதினைந்தில் ஆறு நாட்களைக் கழித்தால் மீதம் இருப்பது ஒன்பது நாட்கள் மட்டுமே. அதிலும், குறிப்பாக வளர்பிறையில் நான்கு முதல் ஐந்து நாட்கள் மட்டுமே முகூர்த்த தினங்கள் வருகின்றன (தினங்கள் கூடலாம், குறையலாம்) இந்தக் குறிப்பிட்ட முகூர்த்த நாட்களில் மட்டுமே காமன் பண்டிகை நடைபெறுகிறது. அதிகபட்சமாக வைகாசி விசாக நாளிலே காமன் பண்டிகை நடைபெறுவது வழக்கம். காரணம், வைகாசி மாத வளர்பிறை நாளில் மற்றும் முகூர்த்த நாளில் வைகாசி விசாக நாளும் அடங்கிவிடுகிறது என்பது குறிப்பிடத்தக்கது. காமன் பண்டிகை ஒரு சில ஆண்டுகளைத் தவிர்த்து, பெரும்பாலும் பரவாய் கிராமத்தில் வைகாசி விசாக நாளிலே புத்தரை மையப்படுத்தி கொண்டாடப்படுகிறது.

குறிப்பாக, காமன் பண்டிகையைக் கொண்டாடும் மக்களுள் பெரும்பகுதியாக அங்கு வாழும் பள்ளி (வன்னியர்) சமுதாய மக்களே உள்ளனர். அரை நூற்றாண்டுக்கு முன்பு, எங்கள் மக்களும் காமன் பண்டிகை விழாவைக் கொண்டாடியதாகவும் தற்போது வழக்கிழந்து போய்விட்டதாகவும், விரத நாளில் (சிரவண தினம் அல்லது ஓணம்) படைப்பது தலித் மக்களின் வழக்கமாக இருந்ததாகவும் அங்குள்ள தலித் மக்கள் கூறுகின்றனர். மேலும், தலித்துகள் ஓணம் தினத்தை விரத நாள் என்றே அழைக்கிறார்கள்.

காமன் பண்டிகைக்கு முதலாவது நாள் முதல் மக்கள் விரதம் இருக்கிறார்கள். வேண்டுதல் கொண்டவர்கள் மூன்று நாட்கள் விரதம் இருப்பதை வழக்கமாகக் கொண்டுள்ளனர். விரதத்தின் போது கட்டாயம் சைவ உணவை மட்டுமே எடுத்துக் கொள்கிறார்கள். பண்டிகை நாளில் ஆண் மற்றும் பெண் உருவம் கொண்ட மண்ணால் ஆன இரு பொம்மைகள் செய்கிறார்கள். இரு மண் உருவத்திற்கும் கிழவன், கிழத்தி என்று பெயரிட்டு அழைக்கிறார்கள். கிழவன், கிழத்தி என்ற வார்த்தைகளுக்கு தலைவன், தலைவி என்ற பொருள் உண்டு. கடந்த எழுபது ஆண்டுகளுக்கு முன்புவரை கிழவன், கிழத்தி எனப் பெயரிடும் வழக்கம் மிகச் சாதாரணமாக மக்களின் புழக்கத்தில் இருந்துள்ளது.

மேள தாளத்துடன் மக்கள் கூட்டாக தெத்தி அய்யனார் (இங்கு ஆடி மற்றும் ஆவணி மாதங்களில் சிறப்பு விழாக்கள் கொண்டாடப்படுகின்றன) கோவிலுக்குச் சென்று இரு உருவங்களுக்கும் கண் திறக்கிறார்கள். கண் திறந்த உருவங்களை வயது வந்தும் சடங்கு ஆகாதவர்கள் மற்றும் முதிர்கன்னிகள் மீது சுமத்தி, தெத்தி அய்யனார் கோவிலிலிருந்து புத்தர் சிலை இருக்கும் இடத்துக்கு ஊர்வலமாக வருகிறார்கள். திருமணம் ஆகாத பெண்களும் சடங்காகாத பெண்களும் உருவங்களைச் சுமந்து வந்தால், அவர்கள் விரைவில் சடங்காவதும், அவர்களுக்குத் திருமணமாவதும் நடக்கும் என்பது மக்களிடம் நிலவும் நம்பிக்கை. புத்தரின் சிலை நீரால் கழுவி சுத்தம் செய்யப்பட்டு, பச்சை தென்னை ஓலையால் பந்தலிட்டுச் சந்தனம், சிவப்பு மாலை மற்றும் மலர்கள் ஆகியவற்றைக் கொண்டு அலங்கரிக்கிறார்கள். பெண்கள் தங்கள் வீடுகளில் செய்த முறுக்கு, பலகாரம், வடை மற்றும் பழங்களைத் தட்டுகளில் நிரப்பி புத்தரின் சிலைக்கு முன் வைத்து வணங்குகிறார்கள். "காமாட்டா சாமிக்குப் பொட்டு வையுங்கள்" என்றதும் மூத்த பெண் சாமிக்குப் பொட்டு வைக்கிறார். இதனைத் தொடர்ந்து மற்ற பெண்களும் சடங்கைச் செய்கிறார்கள். இந்த நேரத்தில் மட்டுமே புத்தரை காமாட்டா சாமி என்று அழைக்கிறார்கள். தற்போது இந்நிகழ்வு வழக்கிழந்து உள்ளது. விழா முடிந்ததும் அன்றைய இரவு முழுவதும் வெவ்வேறு கூத்துகள் நடைபெறுகின்றன. கூத்துக்களில் கர்ணன் கூத்து, செல்லியம்மன் கூத்து மற்றும் காமன் கூத்து போன்றவை ஒரே இரவில் நடைபெறுகின்றன. காமன் கூத்து பெரும்பாலும் பச்சை மலையைச் சேர்ந்த மலையாளக் கவுண்டர்கள் நிகழ்த்துகிறார்கள். இப்படியாக பரவாய் கிராமத்தில் காமன் பண்டிகை நடைபெறுகிறது. காமன் பண்டிகை தொடர்பாக இருவேறு தத்துவக் கருத்துகள் கூறப்படுகின்றன அவற்றின் கூறுகளை ஆய்வுக்கு உட்படுத்துவோம்.

சைவம்

சைவ மரபுப்படி காமன் பண்டிகை ஒவ்வோர் ஆண்டும் மாசி மாதம் அமாவாசை முடிந்த மூன்றாவது நாள் தொடங்கி வளர்பிறையில் கொண்டாடப்படுவது வழக்கம். சுமார் பதினைந்து நாட்கள் (அதாவது ஒரு பட்சம்) தொடர்ச்சியாக நடக்கும் நிகழ்வானது, "காமன் பண்டிகைத் திடல்" அல்லது "காமன் பண்டிகைத் திட்டு" என்று வழங்கப்படும் பொது இடத்தில் நடைபெறும்.

முதலில் கோவில் அருகிலோ அல்லது தெரு முனையிலோ ஒரு சிறிய இடத்தைத் தேர்வு செய்து நான்கு கால்கள் நிறுத்தி மன்மதனுக்காகப் பந்தல் அமைப்பார்கள். அவ்விடத்தைச் சாணம் இட்டு மெழுகிப் பந்தலின் நடுவே சிறிய கம்பு (சில இடங்களில் கரும்பு) ஒன்று நட்டு, அதன் மேலே வைக்கோல் பிரி சுற்றப்பட்டு, அதன் தலையில் வரட்டி வைத்துக் கட்டப்படும். மாவிலை, வேப்பிலை, குங்குமம், திருநீறு வைத்து அலங்காரம் செய்யப்பட்டிருக்கும் உருவம் காமதேவன் என்கிற மன்மதனை உருவகப்படுத்தும்.

மன்மதன் சிவனின் தவத்தைக் கலைக்கப் போகிற செய்தியறிந்த ரதி அவனிடம், அப்படிச் செய்து தன் தந்தையாகிய சிவனின் கோபத்துக்கு ஆளாக வேண்டாம் என்று கூறுகிறாள். இதைக் கேட்காத மன்மதன் சிவனின் தவத்தைக் கலைக்க முயற்சிக்கிறான். அப்போது சிவன் தன் நெற்றிக்கண்ணால் மன்மதனை அழிக்கிறான். இந்த நிகழ்வை ஒட்டி முதல் பத்து நாட்கள் இரவெல்லாம் "காமன் கூத்து" எனும் நாடகம் ஏற்பாடு செய்து, காமன் கதை படிப்பார்கள். இந்நாட்களில் நிகழ்ச்சியைக் காண வருவோருக்குச் சுண்டல், பொரி, கடலை வழங்குவார்கள். மாசிப் பௌர்ணமி நாளில் காம தகனம் நடைபெறும். பிறகு காமதேவனுக்காக அமைக்கப்பட்ட பந்தல் மற்றும் காமதேவன் உருவ பொம்மை எரிக்கப்படும். காமனை எரித்த இடத்தில் மண் மேடு ஒன்றைச் செய்து வைப்பார்கள். அது காமனின் சமாதி என்கிறார்கள்.

மன்மதனின் மனைவியான ரதி பல பெண்களுடன் சேர்ந்து மன்மதனை மீண்டும் உயிர்ப்பிக்க வேண்டுமென சிவனிடம் அழுது புலம்புவாள். அடுத்த மூன்று நாட்களும் ஒப்பாரி வைத்துப் புலம்புவாள். மூன்று நாள் முடிந்ததும் மன்மதனுக்கு சிவன் மீண்டும் உயிர் கொடுத்துவிட்டதாகக் கூறி, மன்மதனுக்கு மலர்ப் பந்தல் அமைக்கப்படும். காமதேவன் உருவ பொம்மையை எரித்த இடத்தில் காமன் உயிர்பெற்றதற்கு அடையாளமாக மண் மேடு எடுக்கப்பட்டு, பச்சை மரக்கன்று ஒன்றை நட்டு வைத்து வழிபடுவார்கள். சிலர் பச்சைப் பப்பாளிச் செடியையும் நடுவர். மன்மதன் மீண்டும் உயிரோடு வந்துவிட்டதைக் கொண்டாடும் வகையில், பெண்கள் அனைவரும் மாவிளக்கு வைத்து வழிபடுவார்கள். இதனைப் போன்று வெவ்வேறு இடங்களில் வெவ்வேறு விதமாக காமன் பண்டிகை கொண்டாடப்படுகிறது.

காம தகனம் தொடர்பான ஓவியங்கள் காஞ்சீவரம் ஏகாம்பரேஸ்வரர் கோவில் குளம் அருகே உள்ள மண்டபத்தில் சித்திரிக்கப்பட்டுள்ளன. அட்ட வீரட்ட தலங்களில் ஒன்றான கொருக்கை, மன்மதனை இறைவன் அழித்த தலமாக இருக்கிறது. இங்குள்ள சிவமூர்த்தம் காமதகன மூர்த்தி என்று அழைக்கப்படுகிறது. மாசி மகத்தன்று காம தகனமும் மன்மதனை எழுப்பி அவனுக்கு அருள் புரிந்த வைபவமும் ஐதீக விழாவாகக் கொண்டாடப்படுகிறது. கோவில் கருவறையின் வடக்குப் புறச் சுவற்றில் காமன் தேரேறி வருதல், மலர் பானம் தொடுத்தல், இறைவன் தவத்தில் இருத்தல், மன்மதனை விழியால் எரித்தல் போன்ற காட்சிகள் புடைப்புச் சிற்பங்களாகச் செதுக்கப்பட்டு காட்சி தருகின்றன.

வைணவம்

ஹோலிப் பண்டிகை அல்லது அரங்க பஞ்சமி என்று அழைக்கப்படும் விழா குளிர் காலத்தின் இறுதியில் பங்குனி (பங்குனிப் பௌர்ணமி) மாதத்தின் கடைசி முழு நிலவு நாளில் கொண்டாடப்படுகின்றது. இது பொதுவாக பிப்ரவரி அல்லது மார்ச் மாதத்தின் இறுதியில் வரும். 2020- ஆம் ஆண்டில் ஹோலிப் பண்டிகை மார்ச் 9 ஆம் தேதியன்றும் ஹோலிகா தகனம் மார்ச் 8-ஆம் தேதியன்றும் கொண்டாடப்பட்டது. அதாவது ஹோலிப் பண்டிகைக்கு முதல் நாள் ஹோலிகா தகனம் நிகழ்வது வழக்கம்.

வைணவக் கதையாடல்படி இரணியன் அசுரர்களின் அரசன். அவருக்கு பிரம்மா தந்த வரத்தால், அவரை யாராலும் கொல்ல முடியவில்லை. அந்த வரம் அவனது பெருந்தவத்தால் கிடைத்தது. இவ்வரத்தின்படி, இவனை இரவிலோ பகலிலோ, வீட்டிலோ வெளியிலோ, மண்ணிலோ விண்ணிலோ, விலங்காலோ மனிதனாலோ, நடைமுறையாலோ கோட்பாட்டாலோ கொல்ல இயலாது. இதனால் இவன் செருக்கு மிகுந்து வானகத்தையும் மண்ணகத்தையும் போரிட்டு வென்றான். எவரும் கடவுளை வணங்காமல், தன்னை வழிபடவேண்டும் என ஆணையிட்டான்.

இவனது மகன் பிரகலாதன் திருமாலின் பற்றாளன். இரணியன் பல தடவை அச்சுறுத்தியும், பிரகலாதன் திருமாலை வழிபட்டு வந்தான். பிரகலாதனுக்கு நஞ்சூட்டினாலும், அது அவன் வாயில் தேனாகியது. யானைகளால் தாக்கியபோதும் காயமின்றித் தப்பினான். பாம்புகளுக்கு

இடையில் பசியோடு ஓரறையில் தனியாக அடைத்தபோதும் உயிர்வாழ்ந்தான். தன் மகனைக் கொல்ல இரணியன் எடுத்த முயற்சிகள் அனைத்தும் தோற்றன.

இறுதியாக, தனது தங்கை ஓலிகா மடியில் பிரகலாதனை அமரச்செய்து, இருவரையும் தீயில் நிறுத்த ஆணையிட்டான் இரணியன். ஓலிகா தீயிலிருந்து தன்னைப் பாதுகாக்கத் துப்பட்டாவை அணிந்திருந்தாள். பிரகலாதன் இதை ஏற்றுத் தனக்கு ஓர் ஊறும் நேராவண்ணம் காத்திடுமாறு திருமாலை வேண்டினான். தீப்பற்றி எரியத் தொடங்கியதும் ஓலிகாவின் துப்பட்டா பறந்து வந்து பிரகலாதனை மூடவே, ஓலிகா தீயில் மடிய, பிரகலாதன் மட்டுமே தப்பிப் பிழைத்த காட்சியைக் கண்டு மக்கள் வியந்தனர். இரணியனின் தங்கை ஓலிகா (ஹோலிகா) எரிந்த நிகழ்வையே ஹோலி எனக் கொண்டாடுவதாக கூறிக்கொள்கின்றனர்.

ஹோலிப் பண்டிகை உருவானதற்கு மற்றொரு கதை சைவத்தோடு தொடர்புபடுத்தி சொல்லப்படுகின்றது. இக்கதை காதல் கடவுளான காமதேவனைப் பற்றியது. பார்வதி தேவி சிவ பெருமானை மணப்பதற்கு உதவும் பொருட்டு சிவபெருமானின் மீது காமன் தன் பூக்கணையைச் செலுத்தி, அவரது தவத்தைக் கலைத்தபோது காமனின் உடல் அழிந்தது. சிவபெருமான் தனது மூன்றாவது கண்ணைத் திறந்ததால், ஆற்றல் செறிந்த அவரது பார்வையைத் தாங்கமுடியாமல் காமனின் உடல் சாம்பலானது. காமனின் மனைவி ரதியின் (மனக்கிளர்ச்சி) வேண்டுதலுக்கு இணங்க, சிவபெருமான் அவரை உயிர்ப்பித்தார். ஆனால், உணர்வு வழி மட்டுமே அன்பை வெளிப்படுத்தக்கூடிய, உடல் வழிக் காமத்தை வெளிப்படுத்த முடியாத அருவ உருவத்தை அவருக்கு வழங்கினார். இந்த நிகழ்வினை நினைவுகூறும் வகையிலேயே ஹோலிப் பெருந்தீ கொண்டாடப்படுவதாக நம்பப்படுகிறது. சைவத்தில் காமன் பண்டிகைக்குச் சொல்லப்படும் கதையே இங்கு ஹோலிப் பண்டிகைக்கும் சிறு மாற்றங்களுடன் சொல்லப்படுவது கவனிக்கத்தக்கது.

பௌத்தம்

புத்தரைச் சரணடைந்த முதல் உபாசகை (பௌத்த இல்லறத்தவள்) சுஜாதா. அவள் உருவேலாவைச் சேர்ந்த ஒரு படைத்தலைவனின் மகள். தனக்கு நல்ல வரன் கிடைத்து முதலில் மகன் பிறந்தால், ஆண்டுதோறும்

தக்க காணிக்கை செலுத்துவதாக அவள் ஆலமரத் தெய்வத்தை வேண்டிக்கொண்டாள். தன் விருப்பம் நிறைவேறியவுடனே, அவள் தன் பிரார்த்தனையை நிறைவேற்றக் கருதி, தூய பாலில் பாயசம் சமைத்தாள். ஆலமரத்தடியில் இடத்தைச் சுத்தம் செய்வதற்காக அவள் தன் வேலைக்காரியை அனுப்பினாள், அன்று போதிசத்துவர் கோதமர் (கௌதமர்) அந்த மரத்தடியில் அமர்ந்து இருந்தார். அவரைக் கண்ட வேலைக்காரி சுஜாதாவின் சமர்ப்பணத்தை ஏற்றுகொள்ள மரத்தெய்வமே அவதாரம் கொண்டு வந்திருப்பதாக கருதினாள். அவள் தன் தலைவியிடம் ஓடிப்போய் இந்தச் செய்தியைத் தெரிவித்தாள். சுஜாதா பால் பாயசத்தை எடுத்துக்கொண்டு வேலைக்காரியுடன் அங்கே சென்றதும், மரத்தின் அடியில் இருப்பது தேவதையல்ல, பெரும் தவ முனிவரான போதிசத்துவரே வீற்றிருக்கிறார் என்பதை அறிந்தாள். ஆயினும், அவள் அந்த பாயசத்தை மிகுந்த பக்தியோடு போதிசத்துவருக்கு வழங்கினாள் (பௌத்த சங்க வரலாறு, பக்.236). சுஜாதா அளித்த பிச்சையை ஏற்ற போதிசத்துவர், நைரஞ்சரா நதிக்கரையில் உணவு உட்கொண்டார். அன்றிரவு ஓர் அரசமரத்தடியில் அமர்ந்தார். அந்த மரம் தற்போது இல்லை. சசாங்கன் என்ற அரசன் அழித்ததாகச் சொல்கிறார்கள். ஆனால், அது இருந்த இடத்தில் புதிதாக வளர்ந்த அரச மரமும் அதை அடுத்தே புகழ்பெற்ற புத்தகயை ஆலயமும் இருக்கின்றன.

அந்த அரசமரத்தடியில் அமர்ந்ததும் மீண்டும் ஒரு மார யுத்தம் நடந்ததாக லலித்தவிஸ்தரம் வருணிக்கிறது. ஸம்யுத்த நிகாயத்தில் ஹாகாதாவக்கத்தில் மாரன் புத்தரை மயக்குவதற்குப் போதி மரத்தடிக்கு திருஷ்ணை, அரதி, ரகா என்ற தன் மூன்று பெண்களையும் அனுப்பியதாக வருணனை இருக்கிறது. புத்தரின் வரலாற்றைக் கூறும் ஜாதகத்து நிதானக் கதையில், இந்தச் சந்தர்ப்பத்தில் மாரன் சேனை நான்கு பக்கங்களிலிருந்தும் புத்தரை எப்படித் தாக்கியது என்பது பற்றிய விரிவான வருணனையைக் காணலாம். மாரனுடைய படையைக் கண்டு பிரமன் முதலிய தேவர்கள் ஓடிவருகிறார்கள். போதிசத்துவர் மட்டுமே தனியாக இருக்கிறார். பிறகு மாரன், அது தனது இடம் என்று கூறி, புத்தரை அங்கிருந்து எழச் சொல்கிறான். அந்த இடத்தில் தனது உரிமையை நிறுவ மார சேனைகளைச் சாட்சியாக வைக்கிறான். தேவர்கள் யாவரும் ஓடிப்போனமையால் புத்தருக்கு அப்போது ஒரு ஆதரவும் கிடைக்கவில்லை. எனவே, அவர் தமது வலது கையைத்

தாழ்த்தி, எல்லாவற்றையும் பொறுத்துக்கொள்ளும் பூமியே சாட்சி என்கிறார். அப்போது பூமாதேவி விசுவரூபம் எடுத்து மாரசேனையைத் தோல்வியுறச் செய்கிறாள். இப்படிப் புராணமாக ஜாதக அட்டகதைக்காரர் வருணித்து இருக்கிறார். பௌத்த ஓவியக் கலையில் இந்த காட்சியை ஓவியர்கள் அற்புதமாக வரைந்து இருக்கிறார்கள். (பகவான் புத்தர் நூலிருந்து).

அயோத்திதாசர் பண்டிதர் பார்வையில் காமன் பண்டிகை

“உள்ளத்தில் எழும் அசுத்தங்களை தெள்ளற நீக்கி பெண்மயில் போக்கி பஞ்ச இந்திரியங்களை அடக்கி காமனை வென்ற காட்சியால் ஐந்திரருக்கு இந்திரரென்னும் பெயர் வாய்த்தது” என்று அயோத்திதாசப் பண்டிதர் காமன் பண்டிகையைப் பற்றி விளக்குகிறார். காமன் என்பதைப் பௌத்த மதத்தில் தீமை விளைவிக்கும் தெய்வமாகக் கருதுகிறார்கள். எனவே, புத்தர் காமன் அல்லது மாரனை வென்று ஞானம் அடைந்த தினத்தைப் புத்த சங்கத்து மக்கள் காமன் பண்டிகை என்று கொண்டாடுகிறார்கள் என்று கூறுகிறார். சிலேடை சிறப்பில் காலம் எனும் வார்த்தையில் உள்ள ‘ம்’கர ஒற்றை நீக்கி, ‘ன்’கர ஒற்றைச் சேர்த்து காலன் எனும் ஆண்பால் விகுதியாக்கி விவேகிகள் விளக்கி வைத்தது போல, காமம் என்னும் வார்த்தையில் உள்ள ‘ம்’கர ஒற்றை நீக்கி, காமன் என்னும் ‘ன்’கர ஒற்றைச் சேர்த்து ஆண்பால் விகுதியாக உருவகப்படுத்தி, இன்பத்தைக் கரும்பின் வில்லாகவும் ஐம்புல நுகர்ச்சியை ஐம்மலர் கணைகளாகவும் ஐம்பொறிகளின் அவத்தையை அதில் பலனாகவும் காட்டி, சுப்பிரயோகம், விப்பிரயோகம், சோகம், மோகம், மரணம் என்னும் ஐவகைத் துன்பங்களையும் விளக்கி வைத்தார்கள். காமம் என்னும் இன்பத்தையும் அதன் துன்பத்தையும் முதலில் வென்று காட்டியவர் புத்தரே என்கிறார் பண்டிதர். அதற்குப் பின்வரும் பாடல்கள் மூலம் சான்றுகள் தருகிறார்.

சீவகசிந்தாமணி

“காசறு துறவின் மிக்கக் கடவுளர் சிந்தைபோல
மாசறு விசும்பின் வெய்யோன் வடதிசை யயன முநினி
யாசறு நடக்குநாளு ளைங்கணைக் கிழவன் வைகிப்
பாசறை பரிவுதீர்க்கும் பங்குனி பருவஞ்செய்தான்”

மணிமேகலை

"ஆலமர்ச் செல்வன் மதன் விழாக் கோல் கொள
பாலமர் கொள்ளும் பங்குனி பருவம் காண்மினோ வெனக் கண்டு நிற்குனரும்"

"அருளறம் பூண்ட வொரு பெரும் பூட்கையின்
அறக்கதிராழி திரப்பட வுருட்டிய
காமற்கடந்த வாமன் பாதம் - மாரனை வெல்லும் வீரநின்னடி"

மேலும், புத்தர் தன் முப்பதாவது வயதில் அரச மரத்தடியில் பங்குனி மாதப் பௌர்ணமி திதியில் தன்னைத்தானே உணர்ந்து, காமன் என்னும் மன்மதனாகிய தன் மனதையும் காலன் என்னும் மரணத்தையும் வென்று நிர்வாண நிலையை அடைந்தார். இதன் பொருட்டு, பூர்வ புத்த மார்க்க அரசர்கள் ஒவ்வொரு வருடப் பங்குனி மாதப் பௌர்ணமியில் காமன் பண்டிகையைக் கொண்டாடினார்கள் என்கிறார். இதில், காமன் என்பதை ஆனந்த நிலையாகவும் பண்டிகை என்பதை பண்டிகைக் கால ஈகை என்றும் கூறுகிறார். தற்காலத்தில் அனுசரிப்பவர்கள் பங்குனி மாதப் பௌர்ணமியில் காமன் கூத்தென்றும் ஒரு சிலர் நீர்விளையாடித் தீபம் ஏற்றியும் கொண்டாடுகிறார்கள். பண்டிதர் இதற்குப் பல நூல்களை ஆதாரமாகக் காட்டுகிறார் அவற்றுள் மணிமேகலை மற்றும் சீவகசிந்தாமணி நூல்களின் பாடல்களை எடுத்துக் கையாண்டுள்ளார்.

சுத்த வாக்கிய பஞ்சாங்கம்

மாசி மாதத்து அமாவாசைக்கு அடுத்து வரும் வளர்பிறை தினத்தில் காமன் பண்டிகை கொண்டாடப்படுகிறது. பெரும்பாலும் மாசி மகத்தன்று காமன் பண்டிகை கொண்டாடப்படுவது வழக்கம். உதாரணமாக, அட்ட வீரட்டத் தலங்களில் ஒன்றான கொருக்கையில் மாசி மகத்தன்று காமன் பண்டிகை கொண்டாடுகிறார்கள். காமன் பண்டிகை என்ற வார்த்தையைப் பஞ்சாங்கத்தில் பயன்படுத்துவது இல்லை. அதற்குப் பதிலாக காம தகனம் என்ற பதத்தையே பஞ்சாங்கம் பயன்படுத்துகிறது. ஒரு சில ஆண்டுகளில் காம தகனம் மாசி மக தினத்தில் வருவதும் உண்டு. இதனாலேயே மாசி மக தினத்தில் காமன் பண்டிகையைக் கொண்டாடுவதை வழக்கமாகக் கொண்டுள்ளனர். காம தகனமும் ஹோலி

பண்டிகையும் எப்போதும் ஒரே தினத்தில் வருவது குறிப்பிடத்தக்கது. ஒருவேளை மாசி மாதத்தில் காம தகனம் வந்தால், பங்குனி மாதம் அமாவாசைக்கு அடுத்த வளர்பிறை நாட்களில் வரும் துவாதசி நாளை மதன துவாதசி, திரயோதசி தினத்தை மதனதிரயோதசி, சதுர்த்தசி தினத்தை மதன சதுர்த்தசி என்று அழைக்கிறார்கள். மதன என்ற சொல்லிற்கு காமன் அல்லது காமம் என்ற பொருள் இருக்கிறபடியால், அதற்குப் பங்குனி மாதத்து காம தகனத்துடன் உள்ள தொடர்பை எளிதாகப் புரிந்துகொள்ளலாம். பெரும்பாலும் பங்குனி மாதத்தில் காம தகனம் வந்தாலும், ஒரு சில ஆண்டுகளில் மாசி மாதத்திலும் வருகிறது. அப்படி வரும்பட்சத்தில் பங்குனி மாதத்தில் மதன துவாதசி, மதன திரயோதசி, மதன சதுர்த்தசி தினங்களை நாம் கவனித்தால், காம தகனம் பங்குனி மாதத்திற்கு உரியது என்பதை நாம் புரிந்துகொள்ளலாம். மதன துவாதசியின் சிறப்பு என்னவென்றால், விஷ்ணுவை மன்மதனாக நினைத்து மக்கள் வழிபடுகிறார்கள். அப்படிச் செய்தால் செல்வம் பெருகும் என்பது மக்களின் நம்பிக்கை.

இங்கு விஷ்ணுவை மன்மதனாக நினைத்து வழிபட வேண்டிய அவசியம் தேவை எங்கு எழுகிறது என்பதைப் புரிந்துகொண்டு, பங்குனி மாதத்தில் புத்தர் காமனை அல்லது மாரனை அழித்து நிர்வாணம் அடைந்ததைச் சொன்ன பண்டிதரின் கதையுடன் ஒப்பிட்டால், நாம் சைவமும் வைணவமும் பௌத்தத்தைக் கபளீகரம் செய்ததைப் புரிந்துகொள்ளலாம். ஹோலிப் பண்டிகைக்கு வட மாநிலங்களில் ஹோலிகா தகனம் என்றும் தென்னிந்தியாவில், குறிப்பாகத் தமிழகம் மற்றும் ஆந்திராவில் காம தகனம் என்றும் கூறுவதிலிருந்து நாம் ஓர் அனுமானம் செய்யலாம். ஹோலிப் பண்டிகைக்கு முன் ஹோலிகாவை எரிப்பதையே ஹோலிகா தகனம் என்கிறார்கள். இங்கு காம தகனத்தில் மன்மதன் என்கிற மாரனை எரித்ததை மன்மத தகனம் என்கிறார்கள். தகனம் என்ற பொதுச் சொல்லைக் கொண்டு விழா கொண்டாடப்படுகிறது. மேலும், அரங்க பஞ்சமி என்ற பெயரும் ஹோலிப் பண்டிகைக்கு இருக்கிறது. பஞ்சமி என்பதற்கு பாலி மற்றும் சமஸ்கிருதத்தில் ஐந்து என்று பொருள். அரங்க பஞ்சமி என்பதற்கு ஐந்து நெறிகளை அடக்குதல் என்று பொருள் கொள்ளலாம். அப்படிப் பார்த்தால், பஞ்ச இந்திரியங்களை அடக்கிக் காமனை வென்றதால், ஐந்திரர், இந்திரரென்னும் பெயர் புத்தருக்கு வாய்த்தது. பஞ்ச இந்திரியங்களை அடக்கி புத்தர் மாரனை வென்ற நிகழ்வினை வட

மாநிலங்களில் ஹோலிப் பண்டிகை என்றும் தமிழகத்தில் காமன் பண்டிகை என்றும் மக்கள் கொண்டாடுகிறார்கள். பண்பாட்டுக் கூறுகளைக் காரணப் பெயர் அடிப்படையில் நாம் அணுகினால், ஹோலிகா தகனம் அல்லது காமன் பண்டிகை அல்லது காம தகனம் என்பது புத்தர் நிர்வாணம் அடைந்த தினத்தைக் கொண்டாடுகிறார்கள் என்று புரிந்து கொள்ளலாம்.

பரவாய் கிராமத்தில் வேறு சில பண்பாட்டு நிகழ்வுகளும் நடைபெற்று வருகின்றன. புத்தர் சிலைக்கு வெயில் காலங்களில் எண்ணெய் தேய்த்துத் தண்ணீர் ஊற்றுகிறார்கள். அப்படிச் செய்தால், குளிர் காலங்களில் நல்ல மழை கிடைக்கும் என்பது அங்கு வாழும் மக்களின் நம்பிக்கையாக உள்ளது. இதுவொரு போலச் செய்தல் நிகழ்வு அல்லது பாவனை சடங்கு எனலாம். இதே போன்று புத்த மங்கலத்தில் மழை வேண்டி, அவ்வூரிலுள்ள புத்தரி சிலையின் மேனி மற்றும் தலையில் மிளகாய் தேய்த்துத் தண்ணீர் ஊற்றுகிறார்கள். இப்படிச் செய்தால் ஒரு சில மணி நேரங்களில் மழை பொழியும் என்பது மக்களின் நம்பிக்கை. ஆக, இரண்டு இடங்களிலும் புத்தரை மழை தெய்வமான இந்திரனாக வணங்குகிறார்கள். இந்திரன் என்ற சொல் புத்தருக்கு வழங்கும் பெயர்களில் ஒன்றாக இருக்கிறது. இந்திரன் என்ற பெயர் பஞ்ச இந்திரியங்களை அடக்கி காமனை வென்றதால், ஐந்திரர் இந்திரரென்னும் பெயர் புத்தருக்கு வாய்த்தது. ஐந்திரர் என்று சொல்லப்படும் புத்தருக்குக் காமன் பண்டிகை இங்கு நடைபெறுவது மிக பொருத்தமாக அமைந்துள்ளது. மேலும், இவ்வூரிலுள்ள பேசும் பெருமாள் கோவில் மிகவும் சிதலமடைந்த நிலையில் இருக்கிறது. கோயிலுள்ள நரசிங்கமூர்த்தி சிலை மிக மோசமாக உடைந்து பழுதடைந்த நிலையில் இருந்து தற்போது உருத் தெரியாமல் சிதிதலமடைந்து போயிருக்கிறது. "பொதுவாகப் பௌத்தம், சமணம் தழைத்து இருந்த தலங்களை வைணவம் கைப்பற்றியதும் அங்கு வெற்றி அடையாளமாக நரசிங்கமூர்த்தி சிலை வைப்பது வைணவ மரபு" என்று மயிலை சீனு வேங்கடசாமி, தமது "பௌத்தமும் தமிழும்" நூலில் கூறுகிறார். மேலும், பேசும் பெருமாள் கோவிலின் எந்த நிகழ்வாக இருந்தாலும் புத்தரை வணங்கிச் செல்வது மரபாக இருந்திருக்கிறது. குறிப்பாக, சிரவண தினத்தன்று மாலையிட்டுச் சந்தனப் பொட்டு வைத்து வணங்குவது மரபாக இருந்துள்ளது. அரை நூற்றாண்டுக்கு முன்பு வரை தலித்துகள் புத்தர் சிலையை வணங்கி வந்துள்ளனர். இது ஓணம் தினம், அதாவது

சிரவணப் பண்டிகை தினத்தில் நடந்துள்ளது மேலும் தலித்துகள் ஓணம் தினத்தையும் விரத நாள் என்றே குறிப்பிடுகிறார்கள். பிற்காலத்தில் நடந்த உள்ளூர் சாதி மோதல்களினாலும், சில அரசியல் காரணங்களினாலும் இந்நிகழ்வு முற்றாக மறைந்து, தற்போது முன்னோர்களின் நினைவாக மட்டுமே இருக்கிறது. ”ஓணம் (சிரவண) பண்டிகையை ஒருகாலத்தில் தலித்துகள் கொண்டாடினார்கள் தலித்தகளுக்கு வேலை செய்யும் இடங்களில் பரிசு தருவதும் சில காலம் முன்புவரை நடந்துள்ளதாக” ஜெயமோகன் உள்ளிட்ட சிலர் குறிப்பிட்டிருப்பது இங்கு நினைவு கூறத்தக்கது. இவற்றை நாம் கவனித்தில் கொண்டால், காமன் பண்டிகை புத்தர் நிர்வாணம் அடைந்த தினத்தில் கொண்டாடப்படுவதைப் புரிந்துகொள்ளலாம். பரவாய் கிராமத்தின் பழைய பெயர் புத்தராகுளம் அல்லது புத்தர் குளம் என்றும் புத்தரின் கொள்கைகளைப் பின்பற்றும் மக்கள் இப்பகுதியில் வாழ்ந்ததால் இப்பெயர் பெற்றதாகவும் கூறுகிறார்கள். மேலும் புத்தராகுளம் ஒரு காலத்தில் முக்கியமான வணிகத் தலமாக இருந்ததாகவும் அங்கு வாழும் மக்கள் கூறுகிறார்கள்.

காமன் பண்டிகை இன மறுஉற்பத்தியை மறைமுகமாகக் கூறுகிறது. ஏனெனில், காமனை எரித்த பிறகு ரதி பெண்களுடன் கூடி அழுது, உலக உயிர்கள் இன்புற்று இருக்க மன்மதன் வேண்டும் என்கிறாள். அதற்கு இணங்க சிவன் மன்மதனை உயிர்ப்பிக்கிறார். அதேபோன்று பரவாயில் நடைபெறும் காமாட்டா பண்டிகையில் கிழவன், கிழத்தி மண் உருவங்களைப் பருவம் வந்தும் திருமணம் ஆகாத மற்றும் வயதுக்கு வராத பெண்கள் எடுத்து வருவது மரபு. ஏனெனில், விரைவில் பெண்களுக்கு திருமணம் ஆகும். பெண்கள் பருவமும் அடைவர் என்ற நம்பிக்கை இது மறைமுகமாக இன மறுசுழற்சியின் குறியீடே என்பது தெளிவு.

புத்தரை இந்நிகழ்வின்போது காமாட்டா சாமி என்றுதான் அழைக்கிறார்கள் மேலும், மழை தெய்வமாகக் கருதி ஓணத்தன்று தலித்துகள் விழா எடுத்ததாலும், காமன் பண்டிகை இன மறுஉற்பத்தியைக் குறியீடாகக் கொண்ட பண்பாட்டு நிகழ்வாக நடப்பதாலும் இந்தத் தொடர்பில் பல விசயங்கள் பொதிந்துள்ளன. அதிலுள்ள பண்பாட்டுக் கூறுகள் புத்தருக்கு (பௌத்தத்திற்கு) உரிய கூறுகளைக் கொண்டுள்ளன. காமன் பண்டிகைக்குச் சைவம்,

வைணவம் கூறும் கதைகள் தர்க்கரீதியானதாக இல்லை. அவை கற்பனையாக, இட்டுக்கட்டி நிரப்பும் விதமாக உள்ளன. சைவம் காமன் பண்டிகைக்குச் சொல்லும் கதையையே ஹோலிப் பண்டிகைக்கும் கூறுவது முரணாக உள்ளது. மேலும், ஒரு கதை இரண்டு பண்டிகைகளுக்கு எப்படிப் பொருந்திப் போகும்? பண்டிதர் கூறுவது போல, காமன் பண்டிகை புத்த மார்க்கத்துக்கே உரியது. அதைச் சைவமும், வைணவமும் கைவிடமுடியாமல், சில மாற்றங்களுடன் தமதாக்கிக் கொண்டுள்ளன எனலாம்.

புத்தர் விபாசனத்தில் இருக்கும்போது மாரன் தியானத்தைக் கலைக்க மூன்று பெண்களை அனுப்பியதாகப் பௌத்தம் கூறுகிறது. சைவத்தில் சிவனின் தவத்தைக் கலைக்க மன்மதன் மன்மதஅம்பு எய்தியதாகக் கூறப்படுகிறது. பௌத்தத்தில் பூமாதேவி சூறைக்காற்று மூலம் மாரனை அழிக்கிறாள். சைவத்தில் சிவனின் நெற்றிக்கண் மன்மதனை அழிக்கிறது. பௌத்த மற்றும் சைவக் கதைகளின் உண்மைத் தன்மையை ஆய்ந்தால், பௌத்தத்திற்குச் சான்றாக சீவகசிந்தாமணி, மணிமேகலை, திரிக்குறள் ஆகிய நூல்கள் ஆதாரமாக இருப்பதைப் பண்டிதர் காட்டுகிறார். ஆனால், சைவம் ஒரு நூலையும் ஆதாரமாகக் காட்டவில்லை. புராணக் கதைகளையே ஆதாரமாகக் காட்டுகிறது. புராணக் கதைகள் உண்மைக்குப் புறம்பானதாக மட்டுமில்லாமல், கற்பனையாக மட்டுமே அமைகிறபடியால் பௌத்தக் கதையே சான்றுகளுடன் உள்ளது. எனவே, பௌத்தக் கதையைத் திரித்துச் சைவக் கதையாடல் பின்னப்பட்டுள்ளது என்பது புரிகிறது. மேற்கண்ட கதை மற்றும் சான்றுகள் அடிப்படையில் பார்த்தால், காமன் பண்டிகை புத்தருக்கு உரியது என்றும் அவர் நிர்வாணம் அடைந்த தினத்தையே புத்த மார்க்க மக்கள் கொண்டாடுகிறார்கள் என்றும் புரிந்துகொள்ளலாம்.

காஞ்சீவரம் பேருந்து நிலையம் அருகில் ஏகாம்பரேஸ்வரர் கோவில் அமைந்துள்ளது. ஏகாம்பரா என்பது பாலி மொழிச் சொல். பாலி மொழியில் ஏகா என்றால் ஒன்று என்று பொருள். ஆம்பர என்றால் ஆபரணம். எனவே, ஏகாம்பரா என்றால் ஓர் ஆபரணம் என்று பொருள். இந்த ஆபரணம் ஒட்டியாணத்தைக் குறிக்கும். ஒட்டியாணம் என்பது இடையில் அணியும் அணி. இதனை மணிமேகலை (மணிகளால் ஆன இடை அணி - மணிமேகலை) என்றும் அழைப்பர். எனவே, ஏகாம்பரா என்றால் மணிமேகலை என்பதைக் குறிக்கிறது.

அக்கோவிலின் வெளிப்புற சுற்றுச் சுவரின் உள்பக்கமாகத் தெற்கு கோபுரத்தின் அருகில் புத்தரின் ஏழு புடைப்புச் சிற்பங்கள் காணப்படுகின்றன. கோவிலின் கிழக்குப் புற வெளிச்சுற்று சுவரில் வெளிப்பக்கமாக பகவான் புத்தரின் பரிநிர்வாண சிலை இருந்தது. தென்னிந்தியாவில் பரிநிர்வாண கோலத்தில் இருந்த புத்தர் சிலை இது மட்டுமே. இந்தச் சிலையின் முகம் சிதைந்திருந்ததால், சரிசெய்வதாகக் கூறி கோவில் நிர்வாகம் எடுத்து சென்றது. இதுவரை சரிசெய்து வந்து வைக்கவில்லை.

ஏகாம்பரேஸ்வரர் கோவில் குளக்கரை மண்டபத்தில் காம தகனம் பற்றிய ஓவியங்கள் இருப்பதும் கோவில் சுவற்றில் புத்தர் சிற்பங்கள் இருப்பதும் ஒருகாலத்தில் அக்கோவில் புத்த விகாராக இருந்து சைவக் கோவிலாக பின்பு மாற்றம் பெற்றுள்ளதாகப் புரிந்துகொள்ளலாம். முன்பு ஒரு காலத்தில் இது புத்த விகாராக இருந்ததனால்தான் புத்தர் சிற்பங்களும், புத்தர் மாரனை வென்றதால் காம தகனம் பற்றிய ஓவியங்களும் இடம்பெற்றுள்ளன. மேற்கண்ட காரணங்களால் காம தகனம் அல்லது காமன் பண்டிகை புத்தருக்கே உரியது என்பது மட்டுமல்லாமல், புத்த மார்க்கத்தவர்கள் கொண்டாடும் பண்டிகையாகவே இருந்திருத்தல் வேண்டும் என்ற நாம் முடிவுக்கு வரலாம்.

திருவதிகை வீரட்டானேசுவரர் கோவில் மற்றும் வழுவூர் வீரட்டேஸ்வரர் கோயிலையும் பௌத்தப் பண்பாட்டில் முக்கியமானவைகளாகக் கருதுகிறேன். அட்டானம் என்ற பெயரில் அமையப்பெற்ற அனைத்துத் தலங்களும் பௌத்த பார்வையில் தனித்து ஆய்வு செய்ய வேண்டியதாகும். இங்கு அதிகை, வழுவூர் ஆகிய இரண்டு ஊர்களில் உள்ள தலங்களைப் பற்றி மட்டும் காணலாம்.

திருவதிகை என்னும் இவ்வூர் பண்ருட்டி பகுதியில் உள்ளது. வழுவூர் மயிலாடுதுறையிலிருந்து திருவாரூர் செல்லும் வழியில் உள்ளது. இவ்விரண்டு தலங்களும் இன்று சைவத்தலங்களாக அறியப்படுகின்றன. இக்கோயில்கள் வீரட்டானேசுவரர், வீரேட்டேஸ்வரர் என்று பெயர்களால் அறியப்படுகின்றன. இவற்றை வீரம் + அட்டானம் + ஈஸ்வரர் என்று பிரிக்கலாம். அட்டானம் என்பது எட்டு என்ற எண்ணைக் குறிக்கிறது. வீரட்டானம் என்பது எட்டு சைவத் தலங்களையும் குறிப்பதாகும். (எட்டு என்பது பௌத்தத்தில் புத்தர் காட்டிய அஷ்டாங்க மார்க்கத்தைக்

குறிக்கும் என்பதை இங்கு நினைவில் கொள்ள வேண்டும்) அத்தலங்கள் அமைந்துள்ள ஊர்கள் கீழே கொடுக்கப்பட்டுள்ளன.

1. அதிகை, 2. வழுவூர், 3. கடவூர், 4. கண்டியூர், 5. குறுக்கை
6. கோவலூர், 7. பறியலூர், 8. விற்குடி

திருவதிகை வீரட்டானேசுவரர் கோயிலின் சுற்றுப்பிரகாரத்தில் நுழைவாயிலுக்கு அருகாமையில் புத்தர் சிலை ஒன்று உள்ளது. இச்சிலை பத்தாம் நூற்றாண்டைச் சேர்ந்ததாக இருக்கலாம் என்று தொல்லியல் ஆய்வாளர்கள் கூறுகின்றனர். திருவதிகை வீரட்டானத் திருப்பணிகள் வெண்பா பாடல் (17-ஆம் பாடல்) இக்கோயிலை புத்தர் பிரான் கோயில் என்று குறிப்பிடுகிறது. இப்பாடல் இக்கோயிலின் முன் அமைந்த மண்டபத் தூண்களில் உள்ள கல்வெட்டுகளில் காணப்படுகிறது.

> "போதியி னீழற் புனிதற் கிறையிலிசெய்
> தாதி அதிகையின்வாய் ஆங்கமைத்தான் – மாதர்முலை
> நீடுழக்காண் ஆகத்து நேரலரைத் தன்யானை
> கோடுழக்காண் கூத்தன் குறித்து"

- என்னும் அப்பாடலின் பொருள் "இளமாதர்களின் கொங்கைகளைப் போன்ற தந்தங்களை உடைய தன் பட்டத்து யானையைக் கொடிய பகைவர்களின் மீது ஏவச்செய்து, அவர்களின் உடம்பில் கோடிட்டும், குத்திக் கிழித்தும் எதிரிகளைப் புறமுதுகிட்டும் ஓடச்செய்த மணவிற்கூத்தன், போதிமரத்தின் கீழ் ஞானம் பெற்ற புனிதரான புத்தர் பிரான் கோயிலுக்குக் கொடைகள் பலவற்றை அளித்து, அக்கோயிலுக்குப் புதிய வாயில் ஒன்றை அமைத்தான்", என்று தரப்படுகிறது.

இத்தோடு பெருஞ்சேரியைச் சேர்ந்த சிவன் கோயிலிலும் ரிஷிக் கோயிலிலும் நிகழும் சடங்குகளையும் இணைத்து ஆராய்ந்தால், பௌத்தத் தொடர்பை இன்னம் விரிவாக அறியலாம். மயிலாடுதுறையிலிருந்து திருவாரூர் செல்லும் வழியில் பெருஞ்சேரி கிராமம் இருக்கிறது. இவ்வூரில் பௌத்தம் தொடர்பான பல சுவையான தகவல்கள் கிடைத்தன.

பெருஞ்சேரியில் உள்ள ரிஷிக்கோயிலில் மாசி மாதத்தில் நடக்கும் பண்பாட்டு நிகழ்வுகளைக் கவனித்தால், இதை உணரலாம். முதல்

நிகழ்வாக, வழுவூரில் இருக்கும் சிவன் கோவிலிலிருந்து சாமி புறப்பட்டு பெருஞ்சேரி சிவன் கோயிலை நோக்கி வருகையில், இடையே பெருஞ்சேரியில் உள்ள ரிஷிக் கோயிலான புத்தர் கோயிலின் முன்பு பிச்சையெடுக்கும்படி நடனமாடுகிறார்கள். அந்நிகழ்வுக்குப் பின்பு பெருஞ்சேரி சிவன் கோயிலில் திருவிழா தொடங்குகின்றது.

இரண்டாம் நிகழ்வாக, வழுவூரில் இருந்து வந்த சிவன், இங்கு யானை வடிவில் இருக்கும் அரக்கனை அழிக்கிறார். பின்பு ரிஷிக் கோவிலின் முன்பு பொம்மையாலான யானைத் தலைகளுடன் பொம்மையாலான மனிதத் தலைகளையும் சேர்த்து வைத்து உடைக்கிறார்கள்.

மூன்றாம் நிகழ்வாக, வழுவூருக்குச் (வீரட்டேஸ்வரர்) சென்ற பிறகு, சிவன் கோயிலில் மூன்று நாள் திருவிழா நடக்கின்றது. அதில் இரண்டாம் நாள் நிகழ்வுக்கு ஆயில்யம் என்று பெயர்.

யானைத் தோலுரித்த சிவன்

மூன்றாம் நாள் காலையில் பிட்சாடனரும் மோகினியும் அருகில் உள்ள பெருஞ்சேரிக்குச் செல்கிறார்கள். அங்குள்ள ரிஷித் தோப்பில் அவர்களுக்கு அபிஷேகம் நடைபெற்ற பின், மாலையில் கோயில் திரும்பி விடுகிறார்கள். அன்றிரவு பிட்சாடனரையும் மோகினியையும் வசந்த மண்டபத்தில் எதிரெதிரே நிற்க வைத்துத் தீபாராதனை செய்யப்படுகிறது. அப்போது தட்டியின் மறைவில் அலங்கரித்து வைக்கப்பட்ட ஐயப்பன் (அய்யப்பன் புத்தருக்கு வழங்கும் பெயர்களில் ஒன்றாகும்) பக்தர்களுக்குத் தரிசனம் தருகிறார்.

இந்த நிகழ்வினை அடுத்துப் பின்னிரவில் சிவனை அழிக்கப் பேய்கள், பூதங்கள் எல்லாம் வருவதாகவும், இறுதியாக யானை வடிவினாலான உருவம் ஒன்று வந்து சிவனை விழுங்குவதாகவும் சொல்லப்படுகிறது. அப்போது கோயிலின் அனைத்து விளக்குகளையும் அணைத்து விடுகிறார்கள். ஏனெனில், சிவன் அழிந்ததால் உலகம் இருண்டு விட்டதாகக் கூறுகிறார்கள்.

சிவனை விழுங்கிய யானைக்கு உடலில் எரிச்சல் ஏற்பட அருகில் உள்ள குளத்தில் விழுந்து எழுந்து வருகையில், யானையின் வயிற்றைக்

கிழித்துக்கொண்டு சிவன் வெளியே வருகிறாரென்றும், அதனை அறிவிக்கும் விதமாக அப்போது கோயிலின் அனைத்து விளக்குகளும் ஏற்றப்பட்டுப் பூஜை நடைபெறுகின்றது.

இதனால் இங்குள்ள சிவனுக்கு யானைத் தோலுரித்த சிவன் என்று பெயர். இந்நிகழ்வுகளை நாம் கவனமாக ஆராய்ந்தால், பௌத்தத்துக்கும் சைவத்துக்கும் இடையே நடந்த போராட்டத்தை அறியலாம்.

மூன்றாவதாக மயிலாடுதுறையிலிருந்து பன்னிரண்டு கிலோமீட்டர் தொலைவில் கொருக்கை என்ற கிராமத்தில் அட்ட வீரட்டானம் கோவில்களில் ஒன்று அமைந்துள்ளது. ஹோலிப் பண்டிகை உருவாகக் காரணமாக இருந்த காம தகனம் நடந்த இடமாக இக்கோவில் கருதப்படுகிறது.. மேலும், சிவன் மன்மதனை அழித்த இடமாகச் சொல்லப்படுகிறது. இதனால் சிவனுக்கு காமதகனமூர்த்தி என்று பெயரிட்டு அழைக்கிறார்கள். இக்கதையாடலை புத்தர் மாரனை அழித்த நிகழ்வுடன் ஒப்பிட்டுப் பார்க்கலாம்.

1. **தீர்த்தம் - திரிசூலத் தீர்த்தம்**
2. **விபூதிக் குட்டை - தரும குளம்**
3. **விமானம் - கஜபிருஷ்ட விமானம்**
4. **இராஜகோபுரம் - ஐந்து அடுக்கு**
5. **விழாக்கள் - வைகாசி விசாகம் மற்றும் மார்கழி உற்சவம்**
6. **கருவறையின் வடக்குச் சுவரில் காம தகனம் பற்றிய புடைப்புச் சிற்பம் இடம்பெற்றுள்ளது**

தீர்த்தத்திற்குத் திரிசூலத் தீர்த்தம் என்று பெயர். திரி என்ற சொல்லே பாலி மொழிச் சொல். திரி என்பதற்குத் தமிழில் மூன்று என்று பொருள். பௌத்த, சைவப் முரணை திரி-திரு என்ற வரிசையில் பார்த்தால் புரியும். அதனாலேயே கொருக்கை என்ற ஊரின் பெயரை திருக்கொருக்கை என்று மாற்றியுள்ளனர். சைவம் பௌத்தத்தை உள்ளிழுத்ததைத் திரி என்ற சொல் கூறுகிறது.

விபூதிக் குட்டை என்பதைத் தரும குளம் என்று முன்பொரு காலத்தில் அழைத்ததாகக் கூறுகிறார்கள். தருமர் என்ற சொல்

புத்தரைக் குறிக்கிறது. தற்போது தர்மராஜா கோவில்கள் முன்பொரு காலத்தில் பௌத்தக் கோவில்களாக இருந்தவையே. பௌத்த விகார் இருக்கும் பூம்புகார் பகுதிக்கு அருகில் தரும குளம் என்ற ஊர் உள்ளது. பௌத்தம் தழைத்த பகுதியில் உள்ள பெயர்கள் இங்கும் இடம்பெற்றுள்ளதால், பௌத்தத் தொடர்பை அறியலாம்.

கோவில் விமானத்தை கஜபிருஷ்ட விமானம் என்று அழைக்கிறார்கள். இதில் யானை பௌத்தத்தில் மிக முக்கிய குறியீடு. கோவிலின் கருவறை அமைப்பு யானை முதுகு போன்று வட்ட வடிவமாக இருப்பதால், அதனை ஆலக்கோவில் அல்லது கஜபிருஷ்ட விமானக் கோவில் அல்லது ஆணைக் கோவில் என்று அழைக்கிறார்கள். கருவறை வட்டம் அல்லது கோட்டம் வடிவில் இருந்தால், பௌத்தக் கோவில் என்பதை முன்பே பார்த்தோம். கோவிலின் பண்பாட்டு நிகழ்வாக வைகாசி விசாகம் மற்றும் திருவாதிரை நட்சத்திர உற்சவம் ஆகியவை சிறப்பாக நடைபெறுகின்றன. இவ்விரண்டும்கூடப் பௌத்தத்துடன் கொண்டிருந்த தொடர்பை ஏற்கனவே பார்த்துள்ளோம்.

கொருக்கை கோவிலின் இராஜகோபுரம் ஐந்து அடுக்கு முறையைக் கொண்டதாக உள்ளது. ஹோலிப் பண்டிகைக்கு அரங்க பஞ்சமி என்ற மற்றுமொரு பெயர் உள்ளதை இந்த இராஜகோபுர அமைப்புடன் ஒப்பிடலாம்.

இந்த ஐந்து அடுக்கு முறை ஐந்து இந்திரியங்களை அடக்கிய புத்தரை குறிப்பதாகவும் பௌத்தத்தின் பஞ்சசீலக் கொள்கைகளைக் கூறுவதாகவும் கொள்ளலாம். இக்கோவிலில் காம தகனம் பற்றிக் கருவறையின் வடக்குப் புறச் சுவற்றில் புடைப்புச் சிற்பம் உள்ளது. அது ஐந்து இந்திரியங்களை அடக்கிய புத்தரையே குறிப்பதாகக் கொள்ளலாம். மேற்கண்ட கருத்துக்களை இணைத்துப் பார்க்கும்போது, இக்கோவில் ஒரு காலத்தில் பௌத்த விகாரக இருந்து, தற்போது சைவக் கோவிலாக மாற்றப்பட்டுள்ளதாகக் கருத இடமுண்டு. இதன் மூலமும் காமன் பண்டிகை புத்தரோடு தொடர்பு பெறுகிறது. அட்ட வீரட்டானம் கோவில்கள் அனைத்தும் பௌத்தத்துடன் தொடர்பு கொண்டுள்ளதையும் இதன் மூலம் உணரலாம்.

நேரடிக் கள ஆய்வுகள் மூலம் மேற்கண்ட தரவுகளை அறிய முடிந்தது. காமன் பண்டிகை அல்லது காமாட்டா பண்டிகை அல்லது காம தகனம் என்று அழைக்கப்படுகின்ற பண்டிகை பண்பாட்டு அடிப்படையில் புத்தர் மாரனை வென்று நிர்வாண நிலையை எட்டியதை உணர்த்தும் பண்டிகை என்பதையும், அதிகை, வழுவூர், கொருக்கை ஆகிய அட்ட வீரட்டான கோவில்களும் அங்கு கடைப்பிடிக்கப்படும் சடங்கு முறைகளும், கோபுர வடிவ அமைப்புகளும், சிற்பங்களும் அவை முன்பு புத்த விகார்களாக இருந்திருக்கலாம் என்று அறிய இடம் தருகின்றன.

பரவாய் கிராமத்தில் காமன் பண்டிகை வைகாசி மாதம் விசாக நாளில் கொண்டாடப்படுகிறது. பண்டிதர் அயோத்திதாசர் இப்பண்டிகை பங்குனி மாதம் கொண்டாடப்படுகிறது என்று கூறும்போது, கொருக்கை அட்ட வீரட்டானக் கோவிலான காமதகன மூர்த்திக் கோவிலில் இது மாசி மாதம் என்றும், பஞ்சாங்கமோ இதனை மாசி மற்றும் பங்குனி என்றும் கூறுகின்றன. பௌத்தம் சிதைந்த பின் உருவான வைதிக எழுச்சியில் பண்டிகைகள் இந்த மாற்றங்களைக் கண்டுள்ளன என்று நாம் எளிதில் புரிந்துகொள்ளலாம். பரவாய் கிராமத்தில் ஆவணி மாதம் விரத நாளான ஓணத்தன்று புத்தரைத் தலித் மக்கள் வழிபட்டதைப் பார்க்கும்போது, ஓணம் அல்லது சிரவணப் பண்டிகை புத்த மார்க்கப் பண்டிகை என்றும் அதில் புத்தர் மாரனை வென்றதைக் காமன் பண்டிகை என மக்கள் விழாவாகக் கொண்டாடுகிறார்கள் என்றும் புரிந்துகொள்ளலாம்.

-16-

"இன்றைக்கு உள்ள புகழ்பெற்ற வழிபாட்டு முறைமைகள், கோவில்கள், சிலைகள், ஊர்வலங்கள், உற்சவங்கள் போன்றவை பௌத்தத்திலிருந்து பெரிதும் மாற்றமடையாத வடிவத்தில் நேரடியாகக் கடன்வாங்கப் பெற்றுள்ளன" எனக் கூறியிருக்கிறார் பௌத்த ஆய்வாளர் டாக்டர் என்.குஞ்சன் பிள்ளை.

கேரளாவில் பௌத்தம் மறைந்த பிறகு பல பௌத்த விழாக்களையும் வழிபாட்டு வடிவங்களையும் இந்துக்கள் எடுத்துக் கொண்டனர் அல்லது பின்பற்றத் தொடங்கினர் என்பதற்கு ஏராளமான சான்றுகள் உள்ளன. இன்றைக்கு இந்துக் கோவில்களாக அறியப்படும் கேரளக் கோயில்களில் நடைபெறும் உற்சவங்களை ஆய்வுப்பூர்வமான கண்ணோட்டத்துடன் பார்த்தால், அவற்றுள் பல முக்கிய பௌத்தக் கூறுகள் இருப்பதை அறிய முடியும். பௌத்தம் ஒரு காலத்தில் எங்கெல்லாம் செழிப்புற்று வளர்ச்சியடைந்திருந்ததோ, அங்கெல்லாம் தனது சுவடுகளைச் சமய வழிபாட்டு வடிவங்களிலும் முறைகளிலும் விட்டுச் சென்றுள்ளது என்பது இன்று பொதுவாக அங்கீகரிக்கப்பட்டுள்ளது. கேரளாவில் சிறப்பாகக் கொண்டாடப்படும் இரண்டு உற்சவங்கள் உண்டு. ஒன்று தாலப்பொலி என்னும் உற்சவம். இரண்டாவது, பரணி உற்சவம்.

தாலப்பொலி

கேரளாவின் திருச்சூர் மாவட்டத்தின் கொடுங்கல்லூர் பகுதியில் அமைந்துள்ளது பகவதி அம்மன் கோவில். கண்ணகி கோவில் என்றும் இது கூறப்படும். இக்கோயிலில் தாலப்பொலி உற்சவம் சிறப்பாக நடைபெறுகிறது. தாலப்பொலி உற்சவம் நான்கு நாட்கள் கொண்டாடப்படுகிறது. இவ்விழா மகர சங்கறாந்தியன்று (பொங்கல்) தொடங்குகிறது. நாம் போகியன்று வீட்டில் இருக்கும் தேவையில்லாத பொருட்களைத் தெருவில் போட்டு எரிப்பதைப் போல, மகரசங்கறாந்திக்கு முன்தினம் கோயிலில் இருக்கும் வேண்டாத பொருட்களையெல்லாம் கோயில் வளாகத்தில் போட்டு எரிக்கிறார்கள்.

மலையாளத்தின் தற்போதைய நடைமுறை வழக்கில் தாலம் என்றால் தட்டு என்று கூறப்படுகிறது. தமிழ்நாட்டில் இன்று சில பகுதிகளில் வெற்றிலைத் தட்டுக்குத் தாலம் என்று சொல்கிறார்கள்.

மன்னனுக்கோ கோயிலுக்கோ கொடுக்கவேண்டிய முதல் திறை நெல் அல்லது வேறு எதுவானாலும் முதலில் தந்தால், அதனைப் பொலி கொடுப்பது என்று கூறுவர். இன்றைக்குக் கோவில்களில் பின்பற்றப்படும் பலி கொடுப்பது என்ற சொல் பொலி கொடுப்பது என்ற சொல்லிலிருந்து மருவி வந்து இருக்கலாம். இன்றும் கிராமங்களில் சண்டையின்போது “உன்ன பொலி போட்டுருவேன்” என்று சொல்லும் வழக்கம் இருக்கிறது. அதற்கு உன்னைக் கொன்றுவிடுவேன் என்றுதான் பொருள்.

கேரளக் கோவில்களில் தாலப்பொலியைத் தாம்பாளத் தட்டில் தேங்காய் வெட்டி, அந்தத் தேங்காய் மூலியில் குங்குமம் பூசிச் செட்டிப் பூக்கள் வைத்துப் படைப்பது வழக்கம். தற்போதைய நடைமுறையில் தாலப்பொலி என்றால், இன்றைய கேரளக் கோவில்களில் தாம்பாளத்தில் இருக்கும் மலர்கள், பழங்கள், மங்கலப் பொருட்கள் ஆகியவற்றின் சேர்க்கையையே குறிக்கும்.

இந்தத் தாலப்பொலி பற்றி மற்றொரு கதையும் வரலாறாகச் சொல்லப்படுவதுண்டு. அதாவது, வைதிகச் சமயச் சாமியார்கள் கோவிலுக்கு வரும்போது, அவர்களை மகிழ்ச்சி அடையச் செய்யும் விதத்தில், கொய்யப்பட்ட பௌத்தப் பிக்குகளின் தலையைத் தட்டில் வைத்துக் கடவுளுக்குப் படைப்பது வழக்கமாக இருந்ததாகக்

கூறப்படுகிறது. இது தொடர்ந்து நடந்து, பிக்குகளை ஒருவர்விடாமல் கொன்ற பின்பு பௌத்தத்தை வீழ்த்தியதின் நினைவாகத் தாலப்பொலிச் சடங்காகத் தக்கவைக்கப்பட்டிருக்கலாம். அதன் தொடர்ச்சியாக இன்றும் தாலப்பொலி நிகழ்வு கோவில்களில் நிகழ்கிறது. தேங்காயைப் பிக்குவின் தலையாக நினைத்துக்கொண்டு குங்குமம் மற்றும் செட்டிப் பூவை இரத்தமாகக் கருதித் தட்டில் வைத்துக் கோவில்களில் வணங்குவதை மரபாகக் கொண்டுள்ளனர்.

தாலப்பொலி நிகழ்வு மகரசங்கறாந்தி தினத்தில் தொடங்குகிறது என்று மேலே பார்த்தோம். இதில் மகரம் என்பது மலையாள மாதத்தைக் குறிக்கும்.

போகிப் பண்டிகை சங்கறாந்தி நாள் என்றும் கொண்டாடப்பட்டிருக்கிறது. பௌத்த மும்மணிகளாக இருப்பவைகள், "புத்தம், தம்மம், சங்கம்." புத்தம் என்றால் ஞானம்; தம்மம் என்றால் ஞானத்தினால் கண்டுணர்ந்த உண்மைகள்; சங்கம் என்றால் ஞானத்தினால் கண்டுணர்ந்த உண்மைகளை மக்களுக்குப் போதித்து, வழிநடத்தும் இயக்கம். அச்சங்கத்தின் முதல் தலைமை முனிவர் புத்தர். எனவே, புத்தர் "அறவர், அறர், அறவோர், அறவாழி" என்றெல்லாம் அழைக்கப்பட்டார். மேலும், சங்கத்தின் அறர், சங்கத்தின் அறவோர் போன்ற பெயர்களாலும் அவர் அழைக்கப்பட்டார். இது பிறகு சங்கறர் என்றாகியது. ('ற'கரம் 'ர'கரமாகி, சங்கரர்-ஆகியது). சங்கறர் எனும் புத்தர் மறைந்த (அந்திமம்=மறைவு) நாளை சங்கறாந்தி நாள் என்றும் அழைப்பதில் குற்றமில்லை. மேலும், தீபமேற்றி வணங்குவதால், தீபசாந்தி என்றும் போகி நாள் அழைக்கப்படுகிறது.

இவ்வாறு புத்தர் மார்கழி மாதத்தின் கடைசி நாளில் பரிநிர்வாணம் அடைந்ததால், அத்தினத்தைப் பண்டைய நாளில் மக்கள் நினைவு கூர்ந்தனர். அதன் தொடர்ச்சியில் அத்தினம் இன்றும் சங்கறாந்தி எனக் கேரளாவிலும் பொங்கல் பண்டிகை எனத் தமிழகத்திலும் கொண்டாடப்படுகிறது.

சங்கறாந்தி தினத்தில் அய்யப்பன் என்னும் சாஸ்தா கோவிலில் மகர ஜோதி என்னும் விளக்கும் ஏற்றப்படுகிறது. இதன் காரணமாகவே இதற்குத் தீப சாந்தி என்ற மற்றொரு பெயரும் வழங்கப்படுகிறது. இப்போதும் அவ்வாறே அழைக்கிறார்கள்.

கேரளக் கோவில்களில் உற்சவம் தொடங்கும்போது, "அகம் பொருளே அய்யோகே புத்தா" என்று சொல்லி விழா தொடங்குகிறது. தாலப்பொலி மற்றும் பரணி விழாக்களிலும் "அகம் பொருளே அய்யோகே புத்தா" என்று சொல்லியே விழா தொடங்குகிறது. பாதத்தை வணங்கி, பிறகு இப்பாடலைப் பாடி அடுத்தடுத்த சடங்குகள் நடைபெறத் தொடங்குகிறது. இவ்வாறு வணங்கும் பாதத்தினை அச்சன்பாதம் என்ற பெயரில் அழைக்கிறார்கள். அச்சன் என்பதற்குப் பாலி மொழியில் புத்தர் என்று பொருள். சங்கறாந்தி தினத்தில் புத்தரின் பாதத்தைக் குறிக்கும், அதாவது சிரவணப் பாதத்தை வணங்கி, "அகம் பொருளே அய்யோகே புத்தா" என்று பாடித் தாலப்பொலி விழாவைத் தொடங்கும் மரபு இருந்து வருவது குறிப்பிடத்தக்கது. இது கடந்த இரண்டு தலைமுறைகளுக்கு முன்பு வரையிலும் நடைமுறையில் இருந்து, தற்போது வழக்கிழந்துள்ளது. மேற்கண்ட பண்பாட்டு நடைமுறைகள் இந்த உற்சவங்கள் பௌத்த உற்சவங்களின் தொடர்ச்சியாக இருந்தமைக்குச் சான்றுகளாகின்றன.

போகிப் பண்டிகையன்று பழைய துணிகளைக் கொளுத்தும் நடைமுறை தமிழகத்தில் இன்றும் இருக்கிறது. இது போன்று கேரளாவிலும் சங்கறாந்திக்கு முதல் நாள் (போகி) கோவிலில் இருக்கும் பழைய தேவையில்லாத பொருட்களை வெளியேற்றி எரித்துச் சுத்தம் செய்து, கோவிலுக்கு வண்ணம் தீட்டுகிறார்கள். முன்பெல்லாம் நம் கிராமங்களில் யாரேனும் இறந்தால், இறந்தவர் பயன்படுத்திய உடமைகளை எரித்துச் சுத்தம் செய்து வீட்டிற்குச் சுண்ணாம்பு அடிக்கும் மரபு இருந்தது. இன்றும் கிராமங்களில் பொங்கல் தினத்தில் வீட்டைச் சுத்தம் செய்து வெள்ளையடிக்கும் பழக்கம் இருப்பது கவனிக்கதக்கது. நமக்கு இந்நிகழ்வு புத்தரின் இறப்பைப் புத்த சங்கத்தார் கொண்டாடியுள்ளதை உணர்த்துகிறது. கேரளக் கோவிலில் நடைபெறும் இந்தச் சடங்கு முறையும் இறப்பையே நமக்கு நினைவுபடுத்துகிறது. ஒரு வீட்டில் ஓர் இறப்பு நிகழ்ந்தால், அவ்வீட்டில் இருந்த பழைய துணிகள், பொருட்கள் தூக்கியெறியப்படும் அல்லது எரிக்கப்படும். அப்படித்தான் தம் குடும்பத்தில் ஒருவரான புத்தர் இறப்பின் நினைவாகப் பழைய துணிகள், பொருட்கள் எறியப்படுகின்றன, எரிக்கப்படுகின்றன.

இவ்வாறு புத்தர் பரிநிர்வாணம் அடைந்த தினத்தை சங்கறாந்தி என்று புத்த மார்க்க மக்கள் வணங்கி வந்தார்கள். காலப்போக்கில் வைதிக மத

எழுச்சி சங்கராந்தி தினத்தில் புத்தப் பிக்குகளை அழித்து அதற்குத் தாலப்பொலி எனப் பெயரிட்டுப் பண்பாட்டு மாறுதலை உருவாக்கி வைத்ததுள்ளது. சிரவண பாதம் அல்லது அச்சன் பாதம் என்பது புத்தரின் பாதத்தையே குறிக்கிறது. பௌத்தப் பண்பாட்டு எச்சங்களைத் தனதாக்கிக்கொண்டு தாலப்பொலி உற்சவத்தில் கையாண்டிருக்கிறது. இதற்குத் தற்போதைய நடைமுறையே சான்று.

பரணி விழா

பரணி என்பது இருபத்தேழு நட்சத்திரங்களில் ஒன்று, பகலவன் மற்றும் விசாக நாள் என்றெல்லாம் பொருள் கொள்ளப்படுகிறது.

புத்தரைப் பகவான் என்றும் அழைப்பார்கள். மண்டலபுருடன் எழுதிய நிகண்டு "பகவனே ஈசன் மாயோன் பங்கயன் சினனே புத்தன்" எனக் குறிப்பிடுவதைப் பார்க்கிறோம். இதன் மூலம் பகவான் என்பதற்கு புத்தர் என்று பொருள் உண்டு என்பது நிரூபணமாகிறது. வள்ளுவர் தன்னுடைய முதல் குறளில் பகவன் என்று குறிப்பிடுவதும் புத்தரைத்தான். சூரியனைப் பகலவன் என்றும் மக்கள் அழைப்பதுண்டு. பகல் என்றால் வெளிச்சம் என்று பொருள். வெளிச்சம் இருளை அகற்றுகிறது. இருட்டென்னும் இருளை நீக்கும் ஒளியைக் கொடுப்பதால், சூரியன் பகலவன் என்றழைக்கப்படுகிறது. அறியாமை எனும் இருளை ஞானமெனும் ஒளியால் நீக்கியதால், புத்தர் பகவான் / பகவன் என்றெல்லாம் அழைக்கப்பட்டார்.

பகவன், பகலவன் என்ற சொற்களுக்கு ஒரே பொருள் உள்ளதால், புத்தரை பகலவன், பகவன் என்றும் கூறலாம். ஜாதக முறைப்படி பரணி என்பதற்குப் பகலவன் என்ற பெயருண்டு. இதனால் பரணி என்ற சொல்லுக்கு மறைமுகமாக புத்தர் என்ற பொருளும் வருகிறது. அதற்குச் சான்றாக, கேரளாவின் பரணிகாவு என்ற ஊரில் உள்ள புத்தரை மக்கள் பகவான் என்ற பெயரில்தான் வணங்குகிறார்கள்.

காவு என்பதற்குத் தோட்டம் என்ற பொருளும் உண்டு. பரணிகாவு பகுதியில் உள்ள புத்தரை பகவன் என்பதால், பரணிகாவு என்பதற்கு புத்தரின் தோட்டம் என்று பொருள் கொள்ளலாம். பரணி நாள் என்பதை விசாக நாள் என்றும் குறிப்பிடுகிறார்கள். விசாக நாளை புத்தர் பிறந்த

நாள் என்ற பொருளில் தற்போதும் வணங்கி வருகிறார்கள். இதனால் பரணி என்பதற்கு புத்தர் என்ற பொருளும் இருந்திருக்கலாம் என்பதை அறிகிறோம்.

முதன் முதலாகக் கிரகங்களின் மூலம் நேரம் கணித்தது பௌத்தர்களே. ஓர் இடத்திலிருந்து மற்றொரு இடத்துக்குச் செல்வதற்கு வழிகாட்டியாக நட்சத்திரங்களை முதலில் பயன்படுத்தியதும் பௌத்தர்களே. பரணி நட்சத்திரம் முக்கோண வடிவில் அல்லது அடுப்பு வடிவத்தில் இருக்கிறது. மூன்று (திரி) நட்சத்திரம் சேர்ந்து முக்கோண வடிவம் கிடைக்கிறது. பௌத்தப் பிக்குகளுக்குத் திசைகாட்டியாக இருந்ததாலும், பிக்கு சங்கத் தலைவனான புத்தர் பிக்குகள் அனைவருக்கும் வழிகாட்டியதாலும் பிக்குகள் பரணி நட்சத்திரத்தை புத்தர் பெயரோடு ஒப்பிட்டு அழைத்திருக்கலாம் என்று நாம் அனுமானிக்கலாம். சான்றாக, பரணி உற்சவம் தொடங்கும்போது , “அகம் பொருளே அய்யோகே புத்தா” என்று பாடிய பிறகே உற்சவம் தொடங்கும். இந்தப் பண்பாட்டு நிகழ்வு இரண்டு தலைமுறைகளுக்கு முன்புவரை நடந்துள்ளது. ஆதலால், பரணி விழா சிரவண மார்க்கத்தின் பண்பாட்டு விழா என்பதும் காலப்போக்கில் வைதிகம் தனதாக்கி கொண்டது என்பதையும் அறியலாம்.

கேரளாவின் இந்துக் கோயில்களில் உள்ள வேறுபட்ட உற்சவங்கள் அல்லது திருவிழாக்களில் கேட்டு கல்ச் உற்சவம் என்பது மத்திய திருவனந்தபுரத்தில் இன்றளவும் மிகவும் தனித்தன்மையோடு விளங்குகிறது. அது பௌத்தக் கூறுகளை கொண்டுள்ளது. மத்திய திருவாங்கூரிலுள்ள கோவில்களில் இத்திருவிழா பிரசித்தி பெற்றது. கேரளாவில் நாம் காணும் பெரும்பான்மையான பழைய பௌத்த சிலைகள் மத்திய திருவனந்தபுரத்தில் கிடைத்துள்ளன. இவற்றிலிருந்தும் இப்பகுதியில் பௌத்தம் மிகவும் செழித்திருந்ததை அறியலாம். தற்காலத்திலும்கூட மத்திய திருவனந்தபுரக் கோவில்களில் கேட்டு கல்ச் விழா மிகவும் புகழ்பெற்றதாகும். மாவலிகரவிலிருந்து மூன்று மைல்கள் தூரத்திலுள்ள செட்டிக்குளக்கரை என்னுமிடத்தில் உள்ள பகவதி கோவிலில் இத்திருவிழா மிகவும் விமரிசையாகக் கொண்டாடப்படும்.

மாவலிகரவில் உள்ள பகவதி கோவிலிலும்கூட இவ்விழா கொண்டாடப்படும். இவ்விழா செட்டிக்குளக்கரையில் கும்பம் மாதத்தில் (பிப்ரவரி-மார்ச்) பரணி நட்சத்திரத்தில் கொண்டாடப்படுகிறது.

மாவலிகரையில் மீனம் மாதத்தில் (மார்ச்-ஏப்ரல்) இதே நட்சத்திரத்தில் கொண்டாடப்படுகிறது. இவ்விழா பொதுவாக கும்பம் பரணி என்றும் மீனம் பரணி என்றும் அழைக்கப்படுகிறது. இந்துக்கள் பெரும் மகிழ்ச்சிக்காகவும் சிறப்புக்காகவும் ஒரு நாளில் ஓரிடத்தில் பல்வேறு விழாக்களின்போது கூடினாலும், அவ்விழாக்களுள் மிகவும் முக்கியமானதாக, முக்கிய நாளாக பரணி அமைகிறது. வெவ்வேறு கர மக்கள் 25 அடியிலிருந்து 150 அடி வரை உயரமுள்ள ரதங்களை மத்திய கோவிலுக்குக் கொண்டுவருவது இவ்விழாவின் மிக முக்கியமான கூறாகும். சிறிய ரதம் தேர் என்றும் பெரிய ரதம் குதிரை என்றும் அழைக்கப்படும். இந்த ரதங்கள் வழக்கமாக மூங்கிலாலும் தென்னங்கட்டையாலும் உருவாக்கப்பட்டிருக்கும். வெள்ளைத் துணியாலும் வண்ணப் பட்டுகளாலும் மிகவும் அழகாக அலங்கரிக்கப்பட்டிருக்கும். தேர், குதிரை ஆகியன பெரிய பக்கோடாக்களின் தோற்றத்தில் உள்ளன. இந்த ரதங்களில் இந்து மதத்தைச் சேர்ந்த ஆண், பெண் கடவுள் சிலைகள் அல்லது உருவங்கள் இடம்பெறும்.

சிறிய ரதங்களைக் கர மக்கள் தோள்களில் சுமந்து வருவர். மாறாக, பெரிய ரதம் நான்கு சக்கரங்களைக் கொண்டிருக்கும். அனைத்துக் கர மக்களும் தேர் செய்வதில் ஈடுபடுவர் அல்லது தேரை ஊர்வலமாக முக்கிய கோவிலுக்கு இழுத்துச் செல்வர். வெவ்வேறு கர மக்களின் (தமிழகத்தில் பூம்புகார் பகுதியில் உள்ள மீனவர்களைத் தற்போதும் கர மக்கள் என்று அழைக்கும் வழக்கம் உள்ளது) வெவ்வேறு தேர்களைக் கோவில் வளாகத்தில் நான்கு புறங்களிலும் நிருத்துவர். பிறகு தேர்கள் கோவிலைச் சுற்றி பிரதிக்ஷனாவிற்கு எடுத்துச் செல்லப்படும். பரணியின் இந்த ஈர்ப்புமிக்க திருவிழா பண்டைய கேரளாவில் நடைபெற்ற பௌத்தத் திருவிழாக்களின் தொடர்ச்சியாகும்.

கி.பி. 5-ஆம் நூற்றாண்டின் புகழ்பெற்ற சீன யாத்திரிகர் பாஹியான், தான் பாடலிபுத்திர நகரில் கண்ட பௌத்தத் திருவிழாவைப் பற்றி விளக்கியுள்ளார். அவர் விளக்கியுள்ள பௌத்தத் திருவிழா மேற்குறிப்பிட்ட கேட்டு கல்ச் திருவிழாவோடு மிகவும் நெருக்கமானதாக அமைந்திருக்கிறது. பௌத்தத் திருவிழாவைப் பற்றி பாஹியான், “மத்திய இந்தியாவின் அனைத்து நாடுகளும் பெரும் நகரங்களையும் பேரூர்களையும் கொண்டுள்ளன. இங்குள்ள மக்கள் செல்வந்தர்களாக இருக்கின்றனர். இவர்கள் இதயக் கருணையைப் பின்பற்றுவதில்

ஒருவருக்கொருவர் வெற்றியோடும் முன்மாதிரியாகவும் இருக்கின்றனர். மற்றும் அண்டை வீட்டாரிடம் கருணை காட்டுவதையும் கடமையாகக் கொண்டிருக்கின்றனர். தொடர்ந்து அனைத்து வருடங்களிலும் (மார்ச் மாத) பௌர்ணமியை அடுத்த எட்டாம் நாளில் (புத்தர்) சிலைகளை ஊர்வலமாக எடுத்துச் செல்வர். ஐந்து அடுக்காலான நான்கு சக்கர ரதத்தைப் பதப்படுத்தபட்ட மூங்கில்களைச் சேர்த்து உருவாக்குவர். இவ்வடுக்குகள் பிறை சந்திர ஈட்டி கோடரி வடிவில் அமைக்கப்பட்டுள்ள கம்பங்களால் தாங்கப்படும். பக்கோடா வடிவ ரதம் இருபத்திரண்டு அடிகளுக்கும் மேலாக இருக்கும். இதில் பல்வேறு நிறங்களில் வண்ணம் தீட்டப்பட்ட ஒரு வகையான வெள்ளைக் கம்பளி தொங்கவிடப்பட்டிருக்கும். தேவர்களின் சிலையைச் செய்து தங்கம், வெள்ளி, மணிக்கற்களால் ஆன ஆபரணங்களை அணிவிப்பர். பட்டுப் பதாகைகளுடன் தலையின் மீது விதானத்தை அமைப்பர். நான்கு முனைகளிலும் இடத்தை அமைத்து, அவை ஒவ்வொன்றிலும் அமர்ந்த நிலையில் புத்தரையும் ஒரு போதிசத்துவ சீடரையும் அமைப்பர். அங்கு சிலை இருக்கும், ரதங்கள் இருக்கும் .இவை அனைத்தும் ஆபரணங்களால் அழகாக அலங்கரிக்கபட்டிருக்கும். மேலும், ஒன்று மற்றொன்றிலிருந்து வேறுபட்டு இருக்கும். மேற்குறிப்பிட்ட நாளில் மதகுருக்கள், மக்கள் அனைவரும் பிராந்திய மன்றத்தில் கூடியிருப்பர். அவர்கள் பாடிக்கொண்டு உயர்வகை இசையை இசைப்பர். மலைகளை வணங்குவர். நறுமணப் புகையை மூட்டுவர்” என்று விவரித்திருக்கிறார்.

பாஹியான் விளக்கிய அனைத்துக் கூறுகளோடும் கேட்டு கல்ச் திருவிழாவும் ஒத்துப்போகிறது. பௌத்தத் திருவிழாவின் இந்தப் பண்புகளை கேரள இந்துக்கள் கடன் வாங்கியுள்ளனர் என்கிற நம்முடைய முடிவை கேட்டு கல்ச் திருவிழா மேலும் வலிமையாக்குகிறது. மற்ற பல இடங்களில் புகழ்பெற்று விளங்கக்கூடிய ரத திருவிழாக்களை இங்கு கவனத்தில் எடுத்துக்கொள்ளவில்லை. ரத திருவிழாவைப் பற்றி சில அறிஞர்கள், ”இவை எந்த வடிவத்தில் காணப்பட்டாலும், பௌத்தர்களிடம் இருந்து கடன் வாங்கியதற்கான சான்றுகள் உள்ளன” என்றே கூறியுள்ளனர்.

இதன் உண்மைத் தன்மை என்னவாக இருந்தாலும், முரண் பற்றிய பயம் இல்லாமல் கேரளாவின் பரணி உற்சவங்கள் பல பௌத்தக் கூறுகளைக் கொண்டுள்ளன என்பதை உறுதிப்படுத்திக் கொள்ளலாம்.

பரணி உற்சவத்தின் முதல் நாளன்று, கோயிலின் வடக்கு நுழைவாயிலின் அருகே புதைக்கப்பட்டிருக்கும் இரண்டு வட்ட வடிவமான கற்களை எடுத்துப் பூஜை செய்து, அவற்றுக்குச் சிவப்பு நிறப் பட்டுத் துண்டு சாற்றி, அந்தக் கற்களை மீண்டும் பூமியில் புதைக்கிறார்கள். இதற்குக் "கோழிக்கல்லு மூடுதல்" என்று பெயர். ஒரு காலக்கட்டம் வரை இந்தக் கற்களின் மீது கோழியின் இரத்தத்தை ஊற்றி காளிக்குச் சமர்ப்பித்ததாகவும், தற்சமயம் அது நிறுத்தப்பட்டுச் சிவப்பு நிறப் பட்டுத் துண்டு சாற்றப்படுவதாகவும் கூறுகிறார்கள்.

வடக்கு என்ற திசை பௌத்த, சமண சமயத்துக்கு உரியது. பௌத்த விகார்கள் வடக்கு நோக்கி இருப்பதும் இறப்பின் குறியீடாக அவை பௌத்தத்தில் குறிக்கப்படுவதும் குறிப்பிடத்தக்கது. இந்த வட்ட வடிவக் கல் பாதத்துக்கு அச்சன் பாதம் அல்லது சிரவண பாதம் என்று பெயர். இதன்படி, பரணி விழாவும் தாலப்பொலியும் புத்தரின் பாதத்தை வணங்கித் தொடங்கப்படுவதைக் காணலாம். வைதிக மத வளர்ச்சியின்போது பிக்குவின் இரத்தத்தை சிரவண பாதத்தில் தெளித்துக் கொண்டாடினர். பௌத்தப் பிக்குகள் இல்லாத பிற்காலத்தில் கோழியின் இரத்தத்தை ஊற்றி வணங்கியுள்ளனர். இன்றைய நவீன காலத்திலோ சிவப்புத் துணியைக் கட்டி வணங்கும் மாற்றம் வந்திருக்கிறது.

இந்தச் சமயத்தில் நடக்கும் இன்னொரு சடங்கு காவு தீண்டல். இந்தச் சடங்கில் கலந்து கொள்ள கேரளத்தின் பல பாகங்களில் இருந்தும் ஏராளமான பக்தர்கள் வருகிறார்கள். இந்நிகழ்வு சாதி, மதம் கடந்து நடைபெறுகிறது. சாதி, மதம் கடந்து நடப்பது என்றுமே வைதிக மரபில்லை. அவை முழுக்க முழுக்கப் பௌத்தப் பண்பாட்டு நிகழ்வே. காவு தீண்டல் முடிந்ததும் ஒரு வாரம் கோவிலை மூடிச் சுத்திகரணம் செய்து, பின் கோவிலைத் திறப்பார்கள். குமரிப் பகுதியில் உள்ள அம்மன் கோவில்களில், கோவிலைச் சுத்தம் செய்து, பின் அலங்காரம் செய்வதைக் காவு பொலித்தல் என்று கூறுவதுண்டு.

மொத்தத்தில் பரணி மற்றும் தாலப்பொலி இரண்டு உற்சவங்களும் ஒரு காலத்தில் பௌத்தப் பண்டிகைகளாக இருந்துள்ளன. உற்சவத்தின்போது சிரவண பாதம் அல்லது புத்தரின் பாதத்தை வணங்கித் தொடங்குவது, தனக்கு வழிகாட்டியது புத்த பகவானே என்ற பழங்காலக் கொள்கையையே காட்டுகிறது.

பின்னிணைப்புகள்

1.மாளிய அமாவாசை என்னும் மாவலி அமாவாசி தன்ம விவரம்

ஆயிரத்தி இருநூறு வருடங்களுக்கு முன் தற்காலம் மாபலிபுறமென வழங்கும் பதியில் வீற்றிருந்த தென்பரதகண்ட முழுவதும் ஏகசக்கிராதிபதியாக ஆண்டுவந்த மாபலிச்சக்கிரவர்த்தி என்பவர் புத்ததன்ம சங்கம் என்னும் திரிரத்தினங்களைச் சிரமேற்கொண்டு தன் ஆளுகைக்கு உட்பட்ட தேசம் எங்கும் தன்ம சங்கங்களை நாட்டி நீதிகளையும், நெறிகளையும், வாய்மெகளையும், நிலைக்கச்செய்து குடிகள் யாவரையுஞ் சுத்தசீலத்தில் வைத்திருந்து தானுஞ் சங்கத்திற் சேர்ந்து சுத்தசாதனந் தழுவி புரட்டாசி மாத அமாவாசியிற் பூரணம் என்னும் நிருவாணதிசை அடைந்தார். இத்தென் பரத முழுமையுஞ் சங்கங்களை நாட்டி தன்மத்தைப் பரவச்செய்தப் பேறுபகாரத்தால் அனந்த மக்கள் ஹரஅத்து நிலையுற்று நிருவாணதிசை அடைந்தபடியால் தென்பரதத்திலுள்ள சகல மக்களுக்கும் முக்த்திவழிக்கு முதன்மெயானவர் மாவலிச் சக்கிரவர்த்தியாதலின் அவர் நிருவாணதிசை அடைந்த புரட்டாசிமாதம் அமாவாசியில் சகலரும் ஏழைகளுக்கு தானஞ்செய்து தாங்களும் புத்ததன்மத்தைப் பரவச்செய்து வந்தார்கள்.

இதன் விவரந் தெரிந்துக்கொள்ளவேண்டியவர்கள் வேலூர் திருவல்லக் கிராமத்திலும், குல்கான்பேடே என்னும் கிராமத்திலும் கிடைத்துள்ளக் கல்வெட்டுகளாலும், செப்பேடுகளாலும் தெரிந்துக்கொள்ளலாம்.

சுத்தசீலப் புத்தேளுலகிற்கு முதன்மெய்க் காவலாக விளங்குபவர் மாபலி பெருமானெனக் குறிப்பிட்டு மற்றும் விவரங்களையும் வரைந்திருக்கின்றார்கள்.

அவருக்கு ஆண் சந்ததி ஒன்றும் பெண் சந்ததி ஒன்றும் இருந்தது. இதில் ஆண்பிள்ளைத் திருப்பாணர் என்னும் அரசர். பெண்பிள்ளை அலர்மேலுமங்கை என்பவள், மடஞ்சார்ந்து பிட்சுணியாகிவிட்டாள். பாணர்வம்மிஷவாளிப் பட்டயத்தாலும், தாதைகி என்னும் அலர்மேலுமங்கை அற்புதத்திரட்டாலுந் தெரிந்துக்கொள்ளலாம்.

அலர்மேலுமங்கை அற்புதத் திரட்டு

மாவலிகடைநாட் கன்னியமாம்
வரவையேற்றதன் மின் வாயல்தோற்றுமின்.
பூவலிசிகரம்பற்றி தீர்த்தம்
பாயலேற்றுமின் பூலைபாற்றுமின்
காவில்புத்தூர் காவன் முன்னோன்
காலன் தூற்றுமின் கருணையேற்று மின்
சேவடி நீழற் சேரற்றானந்
தேரவாற்றுமின் தேவர்போற்று மின்.

மணிமேகலை

நெடியோன் குன்ற வாரசாரண
ரடியார் தானவ ரமரர்களுலகக்
காவல் கொண்டக் கற்பக சீலன்
மாவலி பெருமான் சீர்புகழ் திருமகள்
சிதாதகை யென்னுந் திருத்தகு தேவி
போதவிழ் பூம்பொழில் புகுந்தனள் புக்கி.

ஓர்கால் பகவனால் லோகவூற்றைக் காண்பித்து வியாதியுற்றவர்கள் சிரமுதலிலுள்ள ரோமங்களைச் சிறைத்துவிட்டு இன்னீரிற் குளிப்பீர்களானால் சிற்சில ரோகங்கள் நீங்குமென்றுரைத்த நெடியோன் குன்றம் - வேங்கடமலை - வடமலை என வழங்குமிடத்தில் மாவலிச்சக்கிரவர்த்தியால் இந்திரவியாரங் கட்டி அதிற்றானும் புத்தசங்கத்தோருந் தங்கி ஞானசாதன முற்றி புரட்டாசிமாதம்

அமாவாசியில் நிருவாணமுற்றபடியால் அக்காலத்தை மறவாமல் புத்த தன்ம பிரியர்கள் யாவருஞ்சென்று ஏழைகளுக்கு அன்னதானமளித்து உரோமங்கழித்து சுனை தீர்த்தத்தில் முழுகி சமணமுனிவர்களைப் போல் மஞ்சளாடை அணிந்து அரசருக்குள் ஆட்சரிய துறவடைந்த கோவிந்தா கோவிந்தாவென்றானந்தக் கூச்சலுடன் மற்றும் வியாரங்களுக்குச் சென்று வருவது வழக்கமாயிருந்தது.

சீவக சிந்தாமணி

தீராவினை தீர்த்து தீர்த்தந் தெரிந்துய்த்து
வாராக்கதியுரைத்த வா மன்றானியாரே
வாராக்கதி யுரைத்த வாமன் மலர்துதைந்த
காரார்பூம்பிண்டி கடவுணீயன்றே.
அம்மலைச்சினகரம் வணங்கிபண்ணவர்
பொன்மலர் சேவடி புகழ்ந்து பின்னரே
வெம்மலைத்தெய்வதம் விருந்து செய்தபின்
செம்மல்போய்பல்லவ தேசநண்ணினான்.

சூளாமணி

என்றுதங்கதை யோடிரு நீண்டுகிற்
குன்று சூழ்ந்த குழுமலர் கானகஞ்
சென்றோர்வேங்கடஞ் சேர்ந்தனருச்சிமே
னின்று வெய்யவனு நிலங்காய்த்தினான்.
மஞ்சிவர் மால்வரைச் சென்னிவடமலை
விஞ்சையர் வாழும் விழாவணி நல்லுல
கஞ்சியல் வில்லோ யதுமற்றமரர்க
டுஞ்சிய வில்லத் துறக்க மனைத்தே.

இத்தகைய தன்மச் செயல்களை மதக்கடை பரப்பி சீவனஞ்செய்வோர் மாவலி அமாவாசி தானத்தை மாளிய அமாவாசை என்று மாற்றியதுமன்றி வித்தை, புத்தி, யீகை, சன்மார்க்கம் நிறைந்த சுத்தவீரனாகும் மாபலியை தங்கட் கடவுள் மிதித்துக் கொன்றுவிட்டாரென்று மாவலிச் சக்கிரவர்த்தியின் சிறப்பையுங் கெடுத்து தங்களுக்குஞ் சீவன உபாயத்தைத் தேடிக்கொண்டார்கள். மாபலி - பாணவம்மிசத்து அரசன். - ***தமிழன், 1:18, அக்டோபர் 16, 1907***

பாணர்வம்மிஷ வரிசையைச் சார்ந்த மாவலிச் சக்கிரவர்த்தியின் புத்திரன் பாணரென்றும் திருப்பாணரென்றும் வழங்கிய ஒருவனிருந்தான். அவன் தனது இல்லறவாழ்க்கையைத் துறந்து திரிசிரபுரத்தைச்சார்ந்த அழகர் வியாரம் அரங்கா வியாரம் என வழங்கிய புத்ததன்ம சங்கத்திற் சேர்ந்து சீலமிகுதியடைந்தான். பெற்ற சுகத்தை ஏனையோரும் அடையவேண்டும் என்னும் நல்லூக்கத்தால் விடியற்காலத் தெழுந்து ஒவ்வோர் கிராமங்களுக்குங் சென்று அடியிற் குறித்துள்ள வாக்கியங்களை போதித்துக் கொண்டேவந்தார்.

தந்தை தாய் பந்து மித்திரர் திரவியம் வீடுவாசல் முதலிய யாவற்றும் நிலையற்ற தாதலின் அதனை நீங்கள் நிலையென்று நம்பாமல் எச்சரிக்கையில் நடவுங்கள், எச்சரிக்கையில் நடவுங்கள். காமக்குரோத வஞ்சின முதலிய திருடர்கள் உங்கள் தேகங்களுள் நுழைந்துஞான மென்னும் இரத்தினத்தை அபகரிக்கும் வழிதேடுகிறார்கள். அவர்களுக்கு இடம் கொடுக்காமல் எச்சரிக்கையாயிருங்கள், எச்சரிக்கையாயிருங்கள்!

ஆசையென்னும் பாசத்தால் கட்டுப்பட்டு பூர்வகருமானு சாரத்தினால் பல சிந்தனையுள்ளவர்களாய் ஆயுளைக் குறைத்துக் கொள்ளுகிறீர்கள். இனியேனும் அவ் வகையாசர்பாசத்தில் அதியவாக் கொண்டழுந்தாமல் எச்சரிக்கையாயிருங்கள், எச்சரிக்கையாயிருங்கள்!

பிறப்பதுந்துக்கம் இறப்பதுந்துக்கம் பொருளை சம்பாதித்துந் துக்கம் அதைக்காத்தலுந் துக்கம் அது அழிதலுந்துக்கம். இத்துக்கமானது மாறாமல் அடிக்கடி நேர்ந்துக்கொண்டிருக்கின்றது. இதற்குக் காரணம் சமுசாரம் என்னும் பெருங் கடலாதலின் எச்சரிக்கையாயிருங்கள், எச்சரிக்கையாயிருங்கள்!

என்று நிதமும் போதித்துவந்த வாக்கியங்களை அரச வாக்கியம் என்றும் மடாதிப குருவாக்கியம் என்றும், உயர்ந்த நீதிவாக்கியம் என்றும் கொண்டாடி சுத்தசீலமுற்றதுமன்றி திருப்பாணரை என்றும் மறவா தியானத்தில் வைத்திருந்தார்கள்.

அக்கால் மதக்கடைப் பரப்பி சீவனஞ்செய்வோர் இடுக்கங்களினால் புத்தசங்கத்தோர் நசிந்து பலவிடங்களிற் குடியேறிவிட்டபோது அவர்கள் வியாரங்களைக் கைப்பற்றிக்கொண்டு தங்கடங்கள் மதக் கோவில்கள்

என்று மாற்றிக் கொண்டதுமன்றி சங்கத்தோர்களையும் பறையர்களென்று தாழ்த்தி விலகவைத்தவர்கள் ஆதலின், திருப்பாணர் சிறப்பையும் அவர் நீதிகளை மறவாமலிருந்தக் குடி.களின் மனதையும் மாற்றுவதற்காய் திருப்பாணர் என்னும் ஓர் பறையனிருந்தான், அவன் ஊரைக்காவல் வரும் போது சில நீதிகளைச் சொல்லிவந்ததுமன்றி எங்கள் சுவாமிக்கும் அன்பனாகிவிட்டபடியால் ஆழ்வார்களில் ஒருவனாகத் திருப்பாணாழ்வார் என மாற்றி அப்பெயரின் ஆதரவைக் கொண்டு தங்கள் மதக்கடையைப் பரப்பிவிட்டார்கள்.

சிவசமயத்தோரென்பவர் நந்தன் என்னும் புத்ததன்ம அரசனைப் பறையனென்று தாழ்த்தி சிலக் கட்டுக்கதைகளை ஏற்படுத்திவிட்டது போல் ”வி'ணு சமயத்தோர் என்பவர் பாணவம் மி'த்தரசனை திருப்பாணரென்னும் பறையனென்று தாழ்த்தி சிலக் கட்டுக்கதையை ஏற்படுத்திக் கொண்டார்கள்.

புத்த தன்மத்தைச் சார்ந்த அரசர்களையுஞ் சங்கத்தோர்களையுந் தாழ்த்தி அவர்கள் சரித்திரங்களையும் மாறுபடுத்தியதுமன்றி புத்தசங்கத்தோர் நூற்களிலுள்ள வாக்கியங்களையும் மாறுபடுத்தி வைத்திருக்கின்றார்கள்.

பாகுபலி நாயனார், மார்க்கலிங்க பண்டாரம் இவர்கள் கைகளிலிருந்த ஏட்டுப்பிரிதிக்கும் மணிமேகலை, நன்னூல், சீவகசிந்தாமணி, வீரசோழியம் மற்றுமுள்ள சமணர் நூற்களில் சாக்கையர் சாக்கையர் என்னும் வார்த்தைகள் அன்னியரிடமுள்ள நூற்களில் சாவகர், சாவகர் என்று எழுதிவைத்திருக்கின்றார்கள். மலர்கலியுலகத்து மலர்கலியுலகத்து என்னும் வாக்கியங்களை மலர்தலையுலகத்து மலர்தலையுலகத்து என மாற்றி வரைந்துவைத்திருக்கின்றார்கள்.

அடியிலுள்ளப் பாடல்களின் பேதங்களாற் காணலாம். பாகுபலி நாயனார் மார்க்கலிங்க பண்டாரம் இவர்களேட்டுப் பிரிதிகள்.

மணிமேகலை

சாக்கையராளுந் தலைத்தார்வேந்தன்
ஆக்கையுற்றுதித்தன னாங்கவன்றானென.
நெடியோன் குன்ற வாரசாரண
ரடியார்தான வமரர்களுலகக்
காவல்கொண்ட கற்பகசீலன்
மாவலிபெருமான் சீர்புகழ் திருமகள்
சிதாதகை யென்னுந் திருத்தகுதேவி
போதவிழ்பூம்பொழில் புகுந்தனன் புக்தி.

அன்னியர் கையேட்டுப் பிரிதிகள்

சாவகமாளுந் தலைத்தார்வேந்த
னாவயிற்றுதித்தன னாங்கவன்றானென
நெடியோன் குறளுரு வாகநிமிர்ந்து
தன்னடி யிற்படி யடக்கியவந்தா
ணரிற் பெய்த மூரிவார்சிலை
மாவலி மருமான் சீர்கெழு திருமகள்
சிதாதகையென்னுந் திருத்தகுதேவியொடும்
போதவிழ் பூம்பொழில் புகுந்தனன் புக்குக.

- தமிழன், *1:19*, அக்டோபர் 23, *1907*

புத்தபிரான் மூதாதைக் கலிவாகுச் சக்கிரவர்த்தியின் காலக்கணிதமாகுங் கலியுலக திரியாங்கத்துள் (பாலி) புண்ணபட்சமென்றும் அமணபட்சமென்றும் வழங்கிய வார்த்தை வடமொழியில் பூரண சந்திரன், அமரச்சந்திரனென்றும் தென்மொழியில் பூரணகலை, அமரகலை என்றும், பூர்வவாசி, அமரவாசியென்று வழங்கி வந்த வார்த்தைகளை தற்காலப் பஞ்சாங்கம் என்று ஏற்படுத்திக்கொண்ட பாவலர்கள் அதனுட் பொருளறியாது ஓலைச்சுவடிகளில் அமரச்சந்திரன் அமரகலை, அமரவாசி என்று வரைந்திருக்கும் மொழியை (அமர) என்று அறியாது (அமா) என்று எண்ணி அமரவாசி என்பதை அமாவாசி என்று வழங்கி வருகின்றார்கள்.

காரணம் இலக்கியம் அறியா இலக்கண வித்துவான்களின் அந்தகாரமேயாம். சாக்கையர்கள் அண்டத்திற்கும் பிண்டத்திற்கும்

வகுத்துள்ள கலை நூற்களில் தேகத்தின் நாசியினின்று வெளிவரும் சுவாசம் என்றும் கலை என்றும் வழங்கும் வாசியானது சுத்த இதயத்துடன் கலந்து பூரகம் என்னும் பூரணம் அடைந்த நிலையை நித்தியம் நிருவாணம் என்று கூறினார்.

சுவாசமானது ஆசாபாசஞ் கலந்த அசுத்த இதயத்துடன் கலந்து வெளிப்பட்டு தேய்வடையுமாயின் இருளென்னும் அமரமுற்று இறப்பா னென்றுங் கூறினர்.

அதுபோல் அண்டத்துள்ளக் கலை நாளுக்கு நாள் வளர்ந்து பூரணமுற்று உலகின் இருளை அகற்றி சருவ பொருளையும் விளக்குகின்றது.

பூரணமுற்ற கலை நாளுக்குநாள் தேய்ந்து அமரம் என்னும் இருளடைந்து சருவப் பொருட்களையும் மறைத்துவிடுகின்றது.

ஞானக்குறள்

மதிக்குள் கதிரவன் வந்துள்ளொடுங்கில்
உதிக்குமாம் பூரணச் சொல்.
தோற்றுங்கதிரவ லுண்மதி புக்கிடில்
சாற்று மமரம் தான்.

அமரபட்சம் - பூர்வபட்சம், அமரச்சந்திரன் - பூர்வச்சந்திரன், அமரகலை - பூர்வகலை, அமரவாசி - பூர்வவாசி என சுவாசத்தின் தேய்வுக்கும் வளர்ச்சிக்கும் பலனாகும் ஒளியை பூரணம் என்றும் இருளை அமரமென்றுங் கூறினார்கள்.

இருந்தும் ஓர் இமைப்பொழுது மறைந்து காணாச் சந்திரனை அமரச்சந்திரனென்றும், இருந்தும் மறைந்துக்காணா கோட்களுக்கு அமரக்கோட்களென்றும் இருந்தும் மறைந்துக்காணா தேவர்களுக்கு அமரர்களென்றும் வகுத்திருக்கின்றார்கள்.

இடைகலையே சந்திரகலை மதிதேய்ந்தாப்போ
லிலங்கியதோர் பிங்கலையுந் தேய்ந்துபோச்சு
தடையாளஞ் சொல்லக்கேள் பதினாறுமாத
மப்பனே சிவயோகத் திருந்து பாரு
விடையாதே சந்திர கலை தேய்ந்து போச்சு
வேதாந்தனந்தியைப்போல் பேசலாச்சு
துடையாளிபோலிருந்த புரியபட்டந்தான்
தானேமுடிந்ததடா வுண்மெய்ப்பாரே.

பூர்வகாலத்தில் மெய்யந்தணர்களை அறஹத்தோ அறஹத்தோ என்று அழைத்து அன்னமிட்டு வணங்கி தாங்களும் புசித்து சுத்தசீல தன்மத்தைப் பெருக்குஞ் சாதனங்களைமறந்து அரகரோ - அரகரோ என்னும் பொருளற்ற வார்த்தையைக் கூறுவது போல் அமாவாசி என்னும் பொருளற்ற வார்த்தையை வழங்கி வருகின்றார்கள்.

இத்தகைய புதைப்பொருள் வாக்கியங்கள் பொருளறியாது மயங்குவது பொய்க்குருக்களின் அறியாமையாயினும் பூர்வ புத்ததன்ம அரசர்களைப் பறையர்களென்று தாழ்த்தி சைவசமயத்தோர் கோவிலில் நந்தனென்னும் ஓர் பறையனையும், வைணசமயத்தோர் கோவிலில் திருப்பாணரென்னும் ஓர் பறையனையுஞ் சேர்த்துக் கொண்ட காரணம் யாதெனில்:-

93 வருடங்களுக்கு முன்பு பிராமணரென்று சொல்லிக்கொள்வோர் களுக்கும் கம்மாளர் என்று அழைக்கப்படுவோர்களுக்கும் ஓர் பெருத்த கலகம் நேரிட்டது.

அதாவது பிராமணர்களென்போர் சகலசாதியோர்களுக்குங் குருக்களென்றும் சதுர்முகப்பிரமா முகத்திலிருந்து வந்தவர்களானபடியால் நாங்களே சகலசாதி யோர்களுக்கும் மேலான சாதிகள் என்றும் சகலருக்குள்ள தன்ம கன்மங்களையும் தாங்களே செய்யவேண்டியவர்கள் என்றும் கல்வியற்றவர்களை வஞ்சித்து சீவிக்குங்கால் கம்மாளருக்குள் சில விவேகிகள் தோன்றி தாங்கள் பஞ்ச முகப் பிரம்மாவால் பிறந்தவர்களென்றும் தாங்களே சகலருக்கும்

தன்மகன்மங்களைச் செய்யவேண்டிய குருக்கள் என்றும் கூறி (நான் முகப் பிரம்மா கரடி முன்னிலையில், ஐந்து முகப்பிரம்மா கரடியைவிட்டார்கள்) அதனால் பொய்யுடன் பொய் மோதிக்கொண்டு பெருங்கலக முண்டாகி அடிதடில் நேரிட்டு கம்மாளர்களால் அடிப்பட்ட பிராமணர்களென்போர் தங்களுக்கு உதவிக்காக பறையர்கள் என்போர்களைச்சேர்த்துக் கொண்டு இடங்கையர் வலங்கையர் என்னும் இரு வகுப்புக்களை உண்டுசெய்து கம்மாளர்களை இடங்கையரென்றுகூறி தங்களுடன் சேர்த்துக்கொண்டதுமன்றி,

- *தமிழன், 1:20, அக்டோபர் 10, 1907*

தாங்கள் செய்துக்கொண்டுவருந் தந்திரசீவனத்தை கம்மாளர்கள் என்போர் பற்றிக் கொள்ளுவதை உணர்ந்து அவர்களைத் தாழ்த்துவதற்காய் இடங்கையராக்கி சிவசமயத்தோர் கூட்டங்களில் பலசாதிகளிலும் ஒவ்வொருவர்களை நாயனார் மார்களிற் சேர்த்துக் கொண்டு கம்மாளர் என்போர்களை நீக்கியும் தங்களுக்கு அடங்கியக் கால் சேர்த்துக் கொள்ளுவதற்கும் சாதிப்பெயரில்லா நாயன்மார்களையுஞ் சேர்த்துக் கொண்டார்கள்.

அதுபோலவே விஷ்ணு சமயத்தோர்களும் தங்கள் பன்னிரண்டு ஆழ்வார்களுக்குள்ளும் சேர்த்துக் கொண்டார்கள்.

பறையர்கள் என்போர் பிராமணர்கள் என்போர்களுக்கு புத்தமார்க்கப் பூர்வ விரோதிகளாய் இருந்தபோதிலும் பூர்வ நிலைகுலைந்து ஆயிரத்தி ஐன்னூறு வருடம் கடந்துவிட்டபடியால் சற்குருவின் தியானத்தையும் பூர்வ தன்மங்களையும் மறந்து தாயைப் பறிகொடுத்தப்பிள்ளைகளைப்போல் திகைத்து நின்றவர்களாதலின் பிராமணர்கள் என்போர் போதனையிற்சிக்கி கம்மாளர்கள் என்போரை எதிர்த்துப் போர்செய்ய ஆரம்பித்துக் கொண்டார்கள். அதனால் பிராமணன் என்போருடன் இருந்த விரோதம் போதாமல் கம்மாளர் என்போர் விரோதத்தையுஞ் சேர்த்துக் கொண்டு பறையர்கள் என்னும் பெயரையுந் தாழ்வையும் அதிகரிக்கச் செய்துக் கொண்டார்கள்.

இத்தியாதி தாழ்வுகளுக்கும் காரணம் கல்விக் குறைவும், செல்வக் குறைவும், விசாரிணைக் குறைவும், சற்சங்க சாவகாசக் குறைவுமேயாம்.

ஓர் விவேகியைப் பத்துபெயர்க் கூடிக்கொண்டு இவன் நீச்சன், கேவலன், தாழ்ந்தசாதி என்று புறக்கணித்துவருவார்களாயின் நாணமுற்று சீர்கெட்டு நாளுக்குநாள் நலிந்து விவேக மயங்கி நிலைகுலைந்துவிடுவான்.

ஓர் யாசகனைப் பத்துப்பெயர்க்கூடி இவன் பெரியோன், விவேக மிகுத்தவன், உயர்ந்த சாதியான், சகலமுந் தெரிந்தவன் என்று உயர்த்திக்கொண்டே வருவார்களாயின் நாளுக்குநாள் உயர்ந்து விவேகமிகுத்து நாகரீகமுற்று சகல சுகமும் பெற்று வாழ்வான்,

அதுபோல் வித்தை, புத்தி, யீகை, சன்மார்க்கம் நிறைந்து சோதிடம், வைத்தியம், ஞானம் என்னும் முக்கலைகளுக்கும் குருபீடங்களாக விளங்கிய மேன்மக்களைப் பெருங்கூட்டத்தார் சேர்ந்துக்கொண்டு பறையர் பறையர் என்று தாழ்த்தி சுத்தசலங்களை மோர்ந்து குடிக்கவிடாமலும் அம்மட்டர்களை சவரஞ்செய்ய விடாமலும், வண்ணார்களை வஸ்திரம் எடுக்கவிடாமலும் பலவகை இடுக்கண்களைச் செய்து நிலைகுலைத்தபடியால் அவிவேக மிகுத்த அற்பர்களூந் தாழ்த்தி அலக்கழிக்க நேரிட்டுவிட்டது.

இத்தேசத்தில் நூதனமாக ஏற்படுத்திக் கொண்ட சாதிக் கட்டிற்கு பயந்து சிலர் மகமதியர்களாகவும், சிலர் கிறிஸ்தவர்களாகவும் சேர்ந்துவிட்டதன்றி மற்றுமுள்ளோர் தங்கள் பூர்வநிலயை உற்றுநோக்காமல் சத்துருக்களை மித்துருக்கள் என்று எண்ணி அன்னியனுக்குப் பெற்றப் பிள்ளையைத் தன்பிள்ளை என்று தாலாட்டுதல்போல அன்னியர் மார்க்கங்களை தங்கள் மார்க்கங்கள் என்றும், அன்னியர் தேவதைகளைத் தங்கள் தேவதைகள் என்றும் கொண்டாடி க்'டார்ச்சித சொத்துக்களையும் அழித்து விடுகின்றார்கள். இத்தகைய மயக்கத்தில் ஆழ்ந்துள்ளோரைத் தெளிவடையச் செய்து பூர்வ நிலக்குக் கொண்டுவரவேண்டியது விவேகிகளின் கடனாம்.

- ***தமிழன், 1:21, நவம்பர் 6, 1907***

2. தீபாவளி பண்டிகை என்னும் தீபவதி ஸ்னான விவரம்

தற்காலம் ஜப்பான் தேசத்தோர் என வழங்கும் பௌத்தமார்க்கத்தோர் ஆனந்தச் செய்கைகள் யாதெனில், அவர்கள் விவேக விருத்தியில் நூதனமாகக் கண்டுபிடிக்கும் கனிவர்க்கங்களையும்,

நெய்வர்க்கங்களையும், விருட்ச வர்க்கங்களையும் விருத்தியடையச் செய்து பலன்களை நுகர்ந்துவருங்கால் அப்பொருட்களைக் கண்டுபிடித்தக் காலத்தை வருடத்திற்கு ஒருமுறை கொண்டாடவேண்டி வீடுகடோரும் அப்பொருளைக் கொண்டுவந்து வைத்துக்கொண்டு நூதன ஆடைகளணிந்து பலவகை பதார்த்தங்களை வட்டித்து ஏழைகளுக்குக் அளித்துத் தாங்களும் உண்டு ஆனந்தித்து வருவதை நாளது வரையிலும் காணலாம்.

அதுபோல் இத்தேசத்தில் சத்தியதன்மமாகும் புத்தமார்க்கம் பரவி இருந்த காலத்தில் புத்த சங்கத்தோர் ஒவ்வோர் மடங்களிலும் வீண்காலங்களைப் போக்காமல் ஞான விசாரிணைகாலம் நீங்கலாக மற்ற காலங்களில் விருட்ச குணாகுணங்களையும், கனிவர்க்க குணாகுணங்களையும், நெய்வர்க்க குணா குணங்களையும் மற்றும் உலோகோபகார கலைநூல் விருத்திகளிலும், தங்கள் தருமத்தைப் பரவச்செய்து அரசர்களுக்குத் தெரிவித்துவருவது வழக்கமாய் இருந்தது. அதுபோல் (எள்) என்னும் ஓர் தானியத்தைக் கண்டு அதிலுள்ள நெய்யை எடுத்து அவுஷத உபயோகத்தில் விடுத்து அடியிற் குறித்துள்ள குணாகுணங்களைக் கண்டுபிடித்து, அக்கால் தென்பரதத்துள் பள்ளி என்னும் நாட்டை அரசாண்டுவந்த பகுவன் என்னும் அரசனுக்குத் தெரிவித்தார்கள்.

பதார்த்த சிந்தாமணி

நேத்திரக் கபால ரோகம் நீங்கிடுஞ் சுரங்கள் மேகங்
காத்திரமான சேத்மம் கறைந்திடு மலத்திரட்சை
மாத்திடுஞ் சோமரோகம் வளரெலும் புருக்கியீளை
சேத்த நல்லெண்ணெ யாலே தேகமுங் காந்தியாமே.

அவன் அதின் குணாகுணங்களை ஆராய்ச்சிச் செய்து எள்ளை மிக விளைவித்து நெய்யெடுத்து தன் தேசக்குடிகள் யாவரையும் வரவழைத்து எள் நெய்யைக் கொடுத்து சிரசில் தேய்த்துக் கொண்டு அருகிலோடும் தீபவதி என்னும் நதியில் தலைமுழுகச்செய்து மற்றும் அந்நெய்யில் பலகாரங்களும் வட்டித்து புசித்து ஆனந்தங்கொண்ட செய்கையை மாறாமல் வருடந்தோருஞ் சகல குடிகளும் எள்ளின் நெய்யாற் பலகாரம் செய்து தீபவதிநதியில் தலைமுழுகி புதுவஸ்திரம் அணிந்து ஏழைகளுக்கு அன்னதானம் செய்து (நல் + எள் + நெய்) நல்லெண்ணெய் கண்டுபிடித்த அற்பிசிமாதச் சதுர்த்தசி நாளை தீபவதி ஸ்னான நாளென வழங்கி வந்தார்கள்.

பெருந்திரட்டு - பாண்டிப் படலம்

பள்ளியம்பதியிலூர்ந்த பகுவனார்கிழவகாலத்
தெள்ளியலுழவிலூறுஞ் சேர்பு நல்புஞ்சைவாவி
எள்ளகவெண்ணெயாய்ந்த் விடய மற்றவர்குறிப்ப
வெள்ளியல்மற்றாகார மேற்சிரமகிழ்வென்றாங்கே
சிரமுருவெள்நெய்மற்றுந் திரளொடு செந்நெலீய்ந்து
கரமுகிலேந்திகங்கைக் கரைதீபவதியை நாடித்
துரமுறத் தோய்ந்துநீரிற் றுவைந்துமெய்யக நிறப்ப
பரவருமசதிமற்றும் பாயிலு மகலு மென்றான்.

- **தமிழன், *1:21*, நவம்பர் 5, 1907**

இத்தகைய வழக்கமானது புத்ததன்மம் இத்தேசமெங்கும் பரவியிருந்த காலத்தில் கனவான்கள் முதல் ஏழைகள் வரையில் இப்பண்டை யீகையை ஆனந்தமாகக் கொண்டாடிவந்தார்கள். அதன்பின் பராயசாதியோர் வந்து குடியேறி புத்ததன்மத்தை நிலைகுலையச் செய்து மதக்கடைகளைப் பரவச்செய்தக்கால் பொய்க் குருக்களை அடுத்த குடிகள் கல்வியற்றவர்களும் விசாரிணை அற்றவர்களும் ஆதலின் தங்கள் குருக்களை நாடி தீபவதி " தீபவெளி தீபாவளி என்னும் வாக்கிய பேதம் அறியாமல் சுவாமி இப் பண்டிகையின் விவரம் என்ன என்று உசாவுங்கால் குருக்களே பிராமணர்கள் என்று புதுவே'ம் இட்டு பிச்சை ஏற்பவர்களாதலின் அவர்களுக்கு இதன் அந்தரங்கம் தெரியாமல் குடிகளின் வார்த்தைகளைக் கொண்டே அதன் நடவடிக்கைகளை உணர்ந்து மலையை ஒத்த ஓர் அசுரன் இருந்துக்கொண்டு மாட்டையொத்த தேவர்களுக்கு இடுக்கங்கள் செய்தபடியால் அவ்வசுரனை ஓர் தேவன் கொன்று தேவர்களுக்கு சுகஞ் செய்தநாளாகையால் நீங்கள் தலைமுழுகி புதுவஸ்திரம் அணிந்து பலகாரஞ் சுட்டுத் தின்பதென்னும் கட்டுக்கதையை ஏற்படுத்திவிட்டதும் அல்லாமல் அதன் மத்தியில் தங்கள் வயிற்று சீவனவழியையும் தேடிக்கொண்டார்கள்.

அதாவது தீபாவளி மறுநாள் நோன்பு ஒன்றிருக்கின்றது. அந்தநாளில் நீங்கள் சுடும் பலகாரங்கள் யாவையும் நாங்கள் நிறுத்துங் கலசத்திடம் வைத்து வீட்டில் எத்தனைப்பெயர்கள் இருக்கின்றீர்களோ அத்தனை சிவப்புக் கயிறு வாங்கி வைப்பீர்களானால் நாங்கள் அதற்கு மந்திராவாகனஞ் செய்து கொடுக்க நீங்கள் கட்டிக் கொள்ளுவீர்களானால்

உங்களுக்கு செல்வம் பெருகும் என்று சொன்ன வார்த்தைகளை தேவர்கள் என்பது யார், அசுரர் என்பது யார், நோன்பென்பது என்ன என்று அறியாத குடிகள் வீடுகடோரும் தட்சணையீய்ந்த நூலை வாங்கிக் கட்டிக் கொண்டுவருகின்றார்கள். ஆனால் நோன்புக்கயிற்றை நாங்கள் கட்டிக் கொள்வதால் செல்வம் பெருகும் என்று சொல்லுகின்றீர்களே அவ்வகையிற் சிறந்த கயிற்றைத் தாங்கள் ஏன் கட்டிக் கொள்ளுவதில்லை என்று கேட்பாரில்லை.

புத்ததன்மகாலத்தில் நோன்பு என்னும் பெயரும் அதன் விதிகளும் யாதெனில், நோன்பென்பது கொன்றுத்தின்னாமெய்

நோன்பென்பது கணவன்பாற் குறளாமெய், நோன்பென்பது களவு - செய்யாமெய், ஆகுஞ் சுத்ததேக வாழ்க்கையை விரும்புதலே நோன்புகள் நோற்றலென்னப்படும்.

அந்த தேகவாழ்க்கை நோன்புகளின் விரதம் யாதெனில், தன் தேக சுகத்தைப்போல் மற்ற சீவராசிகளின் தேகங்களையுங் கருதி அன்னியப் பிராணிகளைக் கொல்லாமலும் மாமிஷ பட்சணங்களைச் செய்யாமலிருக்கும்

நெறியில் நிற்கவேண்டும் என்று நோன்பு, நோற்றல் அதாவது அந்நற் செய்கையில் நிற்றல் வேண்டிய வைராக்கியத்திலிருத்தல்.

பெண்களுக்குரிய நோன்புயாதெனில், கணவன்பாற் குறளாமெய், அதாவது தன் கணவன் வார்த்தைக்கு எதிர் மொழி பேசாமலும் மிருதுவான வார்தையின்றி கடுஞ் சொற்கூறாமலும் இனிமையிலிருப்பேன் என்று நோன்பு நோற்றல். கணவன் மொழிக்கு இனியமொழி அளிப்பேன் என்று வைராக்கியம் வைத்தல்.

கள்ளாமெய் நோன்பு யாதெனில், அன்னியன் பொருளை அவனுத்திர வின்றி புருஷர்களேனும் பெண்களேனும் தங்கட்கைகளில் எடுக்கக் கூடாது என்றும் அப்பொருளை எடுக்கவேண்டும் என்று மனதில் எண்ணாமலும் இருக்கவேண்டும் என்றும் நோன்பு நோற்றல் அதாவது அன்னியர் பொருளை தேகத்தாலும் எண்ணத்தாலும் அபகரிக்கக்கூடாது என்னும் வைராக்கியம் வைத்தல் இவற்றையே திரி நோன்புகள் என்றும் கூறப்படும். அம்பிகாதன்மத்தின் நோன்புநிலைகளையும், விரதநிலைகளையுங் காண்க. - ***தமிழன், 1:22, நவம்பர் 13, 1907***

3. சுடலைச் சடங்குகள்

வினா : ஐயா சென்றவாரம் நமது பத்திரிகையில் ஓர் பர்மிய பவுத்த குருவின் மரணத்தைத் தெரிந்து மிக்க விசனமுற்றோம். அதிலுண்டாகிய சங்கைகள் சிலதுண்டு. அதாவது பௌத்தகுருவென்றால் பிணி, மூப்பு, மரணத்தை ஜெயித்துக் கொண்டவரா, ஜெயிக்காதவரா, அவரது காலின் பெருவிரல் கட்டியது அவர்கள் தேசவழக்கமா, நமது தேசவழக்கமா. நமது தேசவழக்கமாயின் அதன் காரணமென்ன, பெட்டியில் வைத்து வண்டியில் கொண்டுபோவது அவர்கள் தேசவழக்கமா, நமது தேசவழக்கமா. சுடலைக்குக் கொண்டுபோய் குருக்களும் பௌத்தர்களுந் தியானித்த மந்திரமென்ன. பிரேதத்தை தகனஞ்செய்யும்போது நெய்யுங் கற்பூரமுஞ் சேர்த்து தகனிப்பது யெற்றிற்கு. அன்று அதிகக்கானலில்லமற் குளிர்ந்திருந்தது குருவின் நற்செயலா, சூழ்ந்துவந்தமக்களின் நற்காலமா. இவற்றை விளக்கி அடியேனை ஆதரிக்கும்படி வேண்டும்

வீ. கோபாலன், தின்னனூர்.

விடை : பௌத்தகுருக்களில், சமணநிலையுள்ளவர்கள் பிணி மூப்பை ஜெயிக்காதவர்கள், அறஹத்து நிலையடைந்தவர்கள் பிணி, மூப்பை ஜெயித்தவர்களாவர். பெருவிரலைக்கட்டுவது நமது தேசத்தோர் வழக்கம் போல் அவர்களுங் கட்டுகின்றார்கள். அவ்வகைக் கட்டுங் காரணமியாதெனில், உலகபாசபந்தக்கட்டு விடவில்லையென்பது குறிப்பு. அநுசரித்தே தாயுமானவரும் "நிகளபந்தக்கட்டவிழ்ப்பாரே" என்றுங் கூறியுள்ளார். அவர்கள் தேசத்தில் ஓர் வகைத்தேர்கட்டி பெட்டியிலடக்கி வைத்து சுடலைக் குக் கொண்டுபோய் தகனஞ் செய்வது வழக்கம்.தேசத்துள் அவ்வகைத்தேர் கட்டுவோரில்லாதபடியால் பெட்டியிலடக்கி வண்டியில் வைத்துக் கொண்டுபோகப் பட்டது. சுடலையிற் சென்று அங்குசொல்லும் மந்திரம் யாதெனில், கொலைசெய்யோம், பொய் சொல்லோம், களவு செய்யோம், விபச்சாரஞ் செய்யோம், லகிரியருந்தோ மென்று சீலத்தை சிந்திப்பதன்றி, குருநரகம் ஏகப்படாது மோட்சம் போகவேண்டுமென்னும் மந்திரங் கிடையாது. அன்றய தினம் தகனிக்குங்கால் பெருங்கட்டைகளாதலால் சீக்கிறமெரிதற்கு நெய்விட்டும் கெட்டவாயுக்கள் நீங்குதற்குக் கற்பூரஞ்சேர்த்துந் தகனஞ்செய்யப்பட்டது. இறந்த குருவினது நன்மெய் பயனும் பிரேதத்தைச் சூழ்ந்துவந்த மக்களின் நன்னேரமுமே

அக்காலெழுஞ் சூரிய வெப்பந் தணிந்து சுகக்காட்சி தந்தது. அவற்றைக் காலத்தின் செயலெனினும் அக்கால் சூழ்ந்துவந்த மக்களின் நன்னேரமே யாதலின் காலத்தையும் பயனையுங்கொண்டு அவற்றை நற்காட்சி என்றே கூறியுள்ளோம். பௌத்தமென்பது தன்மசம்மந்தமின்றி மதசம்மந்த மாகா. ஆதலின் காலம் நேர்ந்தவழியில்கிரியைகள் நிறைவேறும். "பழையன கழிதலும் புதியனபுகுதலும் வழுவல காலவகையினே

- *தமிழன்*, 6:2, சூன் 19, 1912

4. பிணச் சடங்கு

வினா : நமது தேசத்தில் ஒருவர் இறந்தவுடன் கால் விரலையுங் கைவிரலையுங் கட்டிவிட்டு தலைப்பக்கம் விளக்கு கொளுத்தி வைக்கிறார்களே அவை என்ன காரணம்? அதுவுமின்றி பிணத்தை தூக்கிக்கொண்டு போகும் போது கொஞ்ச தூரம் சாணத்தைக் கறைத்துத் தெளித்துக் கொண்டு போகிறார்களே அவை என்ன காரணம்? இவையோடு பாடையில் ஒரு கோழிக்குஞ்சை கட்டி தொங்கவிட்டு போய் சுடலையிலுள்ள வெட்டி யானிடத்தில் கொடுக்கிறார்கள். அல்லது பிணத்துடன் புதைத்து விடுகிறார்களே அவை என்ன காரணம்.

பி.எஸ். அச்சுதானந்தம், திருப்பத்தூர்.

விடை : அன்பரே, தாம் விடுத்த சங்கை மிக்க விசேஷித்ததேயாம். அதாவது, இந்திய தேசமெங்கும் புத்ததன்மம் பரவியிருந்த காலத்தில் பிறப்பு, பிணி, மூப்பு, சாக்காடென்னும் நான் கினாலுந் துக்க விருத்தியுண்டு. அத்தகைய நான்கையுஞ் செயித்துக்கொள்ளுவதே மாநீக தருமமென வகுத்து சாதுசங்கங்களை போஷித்துவந்ததுடன் தாங்கள் நடாத்திவரும் இல்லற தன்மத்தில் ஒருவன் துக்கத்திற் கேதுவாம் மரணமடைவது இகழ்ச்சி என்றும், மரணத்தை ஜெயித்து பிறவி அறுப்பதே புகழ்ச்சியென்றும் தங்கடங்கட் செயல்களில் மரண விழிவைக்காட்டிவந்தார்கள்.

எவ்வகையிலென்பீரேல் ஒருவன் பிறவியறுக்கும் வழி தேடாது மரண மடைந்தானென்றால் அவன் பாசபந்தக் கட்டறுக்கும் வழி தேடாது மாண்டவனானபடியால் அக்கட்டு மாறாது அவன் பெருவிரல்கள் இரண்டையுஞ் சேர்த்துக் கட்டிவிடுவது வழக்கமாகும், இதை அனுசரித்தே

தாயுமானவரும் “நிகளபந்தக் கட்டவிழ்ப்பாரே” என்றும் பாடியிருக்கின்றார்.

மற்றோர் வகையில் தகப்பன் பாசபந்தக் கட்டினை அறுத்து மரணத்தை ஜெயிக்காது மரணமடைந்துவிடுவானாயின் மைந்தன் தனது பிறை முடியை இரக்கிவிட்டு மீசையை சிறைத்துக் கொள்ளுவான். அதாவது, தனது தந்தை மரணத்தை ஜெயித்த ஆண் பிள்ளை ஆகாமல் மரணத்திற்குள்ளாம் வீண்பிள்ளை யானாரே என்பதாம். அதை அநுசரித்தே குணங்குடி மஸ்தான் “மீசையுள்ள சிங்கங்களாயின் என்கூட வெளியினில் வாருங்காணும்” என்றும் பாடியிருக்கின்றார். அவன் மரணமடைந்தபோதே சிரவுச்சியிலிருந்த சோதி அவிந்து விடுகிறபடியால், மரணமடைந்தோன் சிரசினருகே தீபமேற்றி வைப்பது வழக்கமாகும்.

ஞானக்கும்மி

உச்சிக்கு நேரே உண்ணாவிற்கு மேல் நிதம்
வைத்த விளக்கு யெரியதடி
அச்சுள்ளவிளக் கேலாலையடி
அவியாம லெரியுது ஞானப்பெண்ணே

அவன் மரணத்தை ஜெயித்து பிறவி துக்கத்தை ஒழிக்காமல் மரணத்திற்காளாகி இழிவடைந்தபடியால் அப்பிரேதத்தை வீட்டைவிட்டெடுத்துப் போம்போது சாணத்தைக் கரைத்துத் துளிர்த்துக்கொண்டே போய்அச்சட்டியை உடைப்பது வழக்கமாகும். இதை அநுசரித்தே இடைகாடர் - “ஆணவகாமிய போக்கின் அல்லறுத்து, சாணத்துளிர்காணாவழி, சாருங்கோனே” என்றுங் கூறியிருக்கின்றார். அவன் மரணத்தை ஜெயிக்காது பிறவிக்குள்ளாகி அவன் புசிப்புக்காம் அரிசியும் நீரும் விடாது கண்டு வாய்க்கரிசியிடுவதும், அப்பிரேதத்தின் கூடச்சென்றவர்கள் சமாதியடைந்தானென்னும் புகழுக்குப்போகாமல் இறந்தானென்னும் இகழ்வுக்குப் போனபடியால் வீடுசென்றவுடன் சிரசிற்கு நீர்விட்டுக்கொள்ளுவது வழக்கமாகும். இகழ்வுக்கென்னு மொழியே இழிவென மறுவி இழிவுக்குப்போனோமென வழங்கி வருகின்றார்கள்.

பிரேதத்துடன் கோழிக்குஞ்சைக் கட்டுவது புத்ததன் மத்தைச் சாராவாம். காரணம், ஏதோ ஒன்றைக் கண்டு பயந்தவனுக்கு வேப்பிலையடித்து ஒன்றை சுற்றிப்போட்டால் பயந்தவன் மனோ பிராந்தி

நீக்கி சுகமடைவதுபோல் சனிவாரம் மரணமடைந்தால் சனிப்பிணங் கூடவே தொடருமென்னும் மொழியிலுண்டாய பயத்தை நீக்கிக்கொள்ளுவதற்கு உயிருக்குயிராகக் கோழிக்குஞ்சைக் கட்டிவிட்டால் தோஷம் நீங்குமென்னும் கட்டுக்கதையை ஏற்படுத்திக் கொண்டார்கள்.

- *தமிழன், 4:17, அக்டோபர் 5, 1910*

5. மாவலி பரிநிருவாணம்

வினா : கார்த்திகை மாதம் பிறந்தவுடன் புளியம்பட்டை, வேப்பம்பட்டை ஆண்பனை காய் (பனம்புழுக்கு) இவைகளைச் சுட்டுக் கரியாக்கி அஃ. துடன் - உப்பு அல்லது பொட்டிலுப்பு சேர்த்தறைத்து துணியில் கட்டி மாளிய என்று சுற்றிவருவதோடு தீபத்தன்று கம்புதட்டுகளில் மனிதனைப்போல் சுளுந்து கட்டி மேளமடித்துக்கொண்டு குறித்த எல்லையில் போய் அடுத்த ஊராரை உதாசினமொழிகளால் திட்டுவதும், கொக்கரிப்பதும், கூச்சலிடுவது மாகிய செயலிலிருக்கிறார்கள். அடுத்தவூராரும் குறித்த எல்லையில், நின்று மேற்கூறியபடி கண்டவாறு செய்கிறார்கள். இதினால் சண்டையும் நேர்ந்து வருகிறது. இவை என்ன காரணம்? எக்காலத்திலிருந்து நடைப்பெற்றுவருகிறதென்பதை விளக்கி யாட்கொள்ள வேணுமாய் வேண்டுகின்றனன்.

பி.எஸ். அச்சுதானந்தன்,

திருப்பத்தூர்.

விடை : அதாவது மாவலிச் சக்கரவர்த்தியாரவர்கள் பரிநிருவாண மடையப்போகுங்கால் பௌத்தசங்கத்தோர்களையும், கிராமவாசிகளையும் அருகிலழைத்து தனது பரிநிருவாணத்திற்குப்பின் தேகத்தை சக்கரவர்த்தி தேகமென்று யாதொரு சிறப்பையுஞ் செய்யாமல் வைக்கோலால் சுற்றிப் பிரிக்கட்டி இழுத்துக்கொண்டுபோய் தகனஞ்செய்துவிடும்படி ஆக்கியாபித்து பரிநிருவாண மடையுங்கால் உச்சியிற் சோதி கழண்டுப் பிரகாசித்து தேகமுழுவதும் சோதி பொரிகளெழும்பி பரந்து மறைந்ததாக சுருதி கூறுவதன்றி அந்நிருவாண நாளைக் கொண்டாடுவதற்கு வருடந்தோரும் சுளகுபிரி கட்டி இழுப்பதுடன் சோதிபொரி எழும்ப சுற்றும் குழல்கட்டி சுற்றுகின்றார்கள். அதை சுற்றுங்கால் "மாவலியோ

மாவலி மாவலிமன்ன பேரொளி" எனச்சுற்றுவது பூர்வ வழக்கமாகும். அவ்வழக்கத்தை வருடந்தோறும் செய்துவந்தபோதிலும் புரட்டாசி மாதம் செய்யவேண்டி யதை கார்த்திகை மாதத்தில் மாற்றிவிட்டார்கள். "மாவலியோ மாவலி மாவலி மன்னன் பேரொளி" என்பதை மாவலியோ மாவலி மாவலிவண்ணன் பெண்சாதி இடுப்புடைந்து செத்தாளாமென்று மாற்றி சோதியின் பரிநிருவாண மகத்துவத்தைக் கெடுத்துவிட்டார்கள். சக்கிரவர்த்தியார் வாக்கு தவிராமல் பிரிகட்டி இழுத்தவர் களுக்கும், அவர்மீது அன்புமிகுத்தக் குடிகளுக்கும் நேர்ந்த கலகத்தை ஓர் ஐதிகமாகக் காட்டிவருகின்றார்கள்.

அகஸ்தியர் ஞானம்

விழித்துமிகப்பார்த்திடவே பொரிதான்வீசும்
முச்சந்தி வீதியிலே தீபந்தோன்றும்
சுழித்தியிலேபோகாமல் ஒருமனதாய் நின்றால
சுத்தமென்ற நாதவொலிக் காதிற்கேழ்க்கும்
இழுத்தென்று நீகூடத் தொடர்ந்தாயானால்
எண்ணெண்ணா பிறப்பிறப்பு யெய்தும்பாரு
அழுத்திமனக் கேசரத்தில் நின்றுமைந்தா
அப்பனே லலாடத்தில் தூங்குவாயே

- தமிழன், 4:19, அக்டோபர் 19, 1910

சொற்குறிப்பு

1. **புத்த துவாதசி** - ஆவணி மாதத்தின் வளர்பிறையில் வரும் பன்னிரண்டாவது நாளைப் புத்த துவாதசி என்பர்.

2. **பரிநிர்வாணம் / பரிநிப்பாணம்** - பகவான் புத்தர் இறந்த நாள்.

3. **துவாதசி** - அமாவாசையும், பௌர்ணமியும் அடுத்தது வரும் பன்னிரண்டாவது நாள்

4. **மகாளய பட்சம்** - புரட்டாசி மாதம் பௌர்ணமியில் தொடங்கி அமாவாசை இடையே உள்ள பதினைந்து நாட்களைக் குறிக்கும்

5. **அமரவாசி** - உடலில் உள்ள காற்று நம்மை விட்டுப் பிரிந்ததைக் குறிக்கும் (அமரர் வாசம் அடைந்த நாள்). இந்து மரபில் அமாவாசை என அழைக்கப்படுகிறது.

6. **வைப்பு முகூர்த்தம்** - இயல்பாக வரும் முகூர்த்தநாட்களை தவிர்த்துப் பஞ்சாங்கம் முறைப்படி பார்த்துக் கணிக்கும் முகூர்த்தநாள்.

7. **கர மக்கள்** - கேரள ஈழவ சமூகத்தினரை கர மக்கள் என அழைக்கும் வழக்கம் முன்பு இருந்தது.

8. **திரிக்குறள்** - திரி என்பது பாலி மொழியில் மூன்று என்பதை குறிக்கும். (திருக்)குறளும் மூன்று இயல்கள் கொண்டு இருப்பதனால் பௌத்த மரபில் திரிக்குறள் என வழங்கப்படுகிறது. திரிக்குறள் என்று முதலில் குறிப்பிட்டவர் அயோத்திதாசர்.

* அயோத்திதாசப் பண்டிதர் வெளியிட்டு வந்த தமிழன் இதழ்களில் வெளியான சில கட்டுரைகள், வினா விடைகள் இந்நூலில் மறுபிரசுரம் செய்யப்பட்டுள்ளன. பண்பாட்டுக் கூறுகள் குறித்த அவரது விளக்கங்கள் மேற்கோள்களாகவும் காட்டப்பட்டுள்ளன. இவை அனைத்தும் தமிழன் இதழில் வெளியானபடியே எடுத்தாளப்பட்டுள்ளன.

பயன்பட்ட நூல்கள்

1. அலாய்சியஸ்.ஞான., அயோத்திதாசர் சிந்தனைகள்-1,11,111, நாட்டார் வழக்காற்றியல் மையம், பாளையங்கோட்டை, செப்டம்பர்-1999.
2. ஸ்டாலின் ராஜாங்கம், பெயரழிந்த வரலாறு, காலச்சுவடு பதிப்பகம், அக்டோபர்-2019.
3. மயிலை சீனி. வேங்கடசாமி, பௌத்தமும் தமிழும், நாம் தமிழர் பதிப்பகம், டிசம்பர்-2004.
4. ஏழுமலை. கலைக்கோவன், பௌத்த வரலாற்றில் காஞ்சீவரம், நீலம் பதிப்பகம், டிசம்பர்-2019.
5. Sakthidharan.A.V., Antigod's Own Country: A Short History of Brahminical Colonisation of Kerala, Narayana Publication, September-2019.
6. Dr.Ajay Sekhar, Sahodaran Ayyappan: Towards a Democratic Future, Others Books Publication, 2012.
7. Dr.D.Dayalan, Buddhist Remains of South India, Sterling Publisher Pvt.Ltd., 2017.
8. P.C.Alexander, Buddhism in Kerala, The Registrar, Annamalai University, Annamalai Nagar, 1949.
9. தர்மானந்த கோஸம்பி, பகவான் புத்தர், சாகித்திய அகாதெமி, 1957, தமிழில் கா. ஸ்ரீ. ஸ்ரீ.
10. கே.ஆர்.சீனிவாசன், தென்னிந்தியக் கோவில்கள், நேஷனல் புக் டிரஸ்ட் ஆ.ஃப் இந்தியா, 1996, தமிழில் டாக்டர்.சு.வெங்கடராமன்.
11. ஸ்டாலின் ராஜாங்கம், நந்தன் கதை: வரலாற்றைத் தலைகீழாகச் சொல்லலாமா? மெய்யறிவு, 7 செப்டம்பர் 2019.
12. ஸ்டாலின் ராஜாங்கம், நந்தன் கதை: வதையைத் தலைகீழாகக் கொண்டாடுததல், மெய்யறிவு, 28 செப்டம்பர் 2019.
13. ஜெயமோகன், இரண்டு மொழிக்கு அப்பாலும், www.jeyamohan.in, 1 மே 2016

14. ஜெயமோகன், தாலப்பொலி:ஒரு கடிதம், www.jeyamohan.in 17 ஜூன், 2008

15. மணிகண்டன் மற்றும் கஸ்தூரிரங்கன், பூலாங்குறிச்சி அருகே வழிபாட்டிலுள்ள பெருங்கற்கால கல்வட்டங்கள் கண்டுபிடிப்பு, தென்னகத் தொல்லியல் ஆய்வுக் கழகம், மே 2019.

16. ஸ்டாலின், தி., போகிப் பொங்கல் பண்டிகையெனும் சங்கறாந்தி போதிப் பொங்கல் பண்டிகை, பௌத்தம் குறித்துப் பேசுவோம், 14 ஜனவரி 2016.

17. பேரா. இ.ஜெயபிரகாஷ், திருநெல்வேலியின் பழைய பெயர் எது? மானுடம், மே-ஜூலை 2019.

18. சார்லஸ் ஆலன், பேரரசன் அசோகன், எதிர் வெளியீடு 2017, தமிழில் தருமி.

புகைப்படங்கள்

புத்தரின் பாதம் — பூம்புகார் அகழ்வைப்பகம்